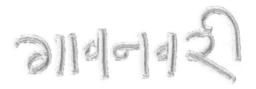

गावनवरी

वेदिका कुमारस्वामी

पॉप्युलर प्रकाशन, मुंबई

गावनवरी

(म - १३०२)

पॉप्युलर प्रकाशन

ISBN 978-81-7991-929-3

© सर्व हक्क सुरक्षित

पहिली आवृत्ती : २०१८/१९४०

मुखपृष्ठ, मांडणी आणि संपादन: कविता महाजन

प्रकाशक
हर्ष भटकळ
पॉप्युलर प्रकाशन प्रा. लि.
३०१, महालक्ष्मी चेंबर्स
२२, भुलाभाई देसाई रोड
मुंबई ४०० ०२६

अक्षरजुळणी
दिशा क्रिएटिव्हज
१०१, नायगारा, ए/१३
एव्हरशाइन सिटी
वसई (पू.), जि. ठाणे

GAVNAVARI
(Marathi : Poetry)
Vedhicka Kumarswami

किती हें सुख मानिती संसाराचें । काय हें साचे मृगजळ ।।
अभ्रीची छाया काय साच खरी । तैसेच हे परी संसाराची ।।
मी आणि माझें वागविती भार । पुढील विचार न करतां ।।
सोयरा म्हणे अंती कोण सोडवील । फजिती होईल जन्मोजन्मी ।।

– सोयराबाई

देवदासी घराण्यातली पहिली आय. ए. एस. अधिकारी बनलेल्या
मुथम्माला या कविता अर्पण!

ऋणनिर्देश

मी शाळेत असतानापासून कविता लिहीत होते. जुन्या वह्या हरवल्या. खूप वर्षांनी पुन्हा सलग लिहू लागले, त्याचं श्रेय अश्विनी दासेगौडा-देशपांडे आणि कविता महा-जन या दोघींना देते. त्यांनी मिळून माझ्या कविता एका भाषेत नीट संपादित केल्या. मी मराठी, कन्नड, तेलुगू, इंग्लिश आणि कधी हिंदी अशा मनाला येईल तसल्या भाषांमध्ये लिहीत होते. एकदा मंगळुरूमध्ये चार दिवस तिघी एकत्र राहिलो आणि चर्चा केली. मग कविताताईंकडे सगळ्या डायऱ्या दिल्या. पण पुस्तक छापावं की नाही, असा मनात संभ्रम होता. अखेर टोपणनावाने छापायचं ठरवलं. कारण माझं व्यक्तिगत आयुष्य आणि माझं लिहिणं मला वेगळंवेगळं ठेवायचं आहे. हे सगळं लेखन वाचकांच्या पसंतीस उतरावं.

पॉप्युलर प्रकाशनाच्या अस्मिता मोहिते यांनी पुढाकार घेऊन माझा कवितासंग्रह प्रकाशित करण्याची इच्छा व्यक्त केली. त्यांची आणि प्रकाशक भटकळसाहेब यांचीही मी आभारी आहे. शेवटी सुनंदा आर. ए. आणि व्ही. सिद्धराम स्वामी यांचे ऋण कधी न फिटणारे आहेत, तरी त्यांचा उल्लेख केल्याबिगर ऋणनिर्देश पूर्ण होणार नाही.

– वेदिका कुमारस्वामी
vedhickakumarswami@yahoo.com

वेदिकाच्या कवितांचं संपादन करताना उमा कुलकर्णी आणि संजीवनी शिंत्रे यांनी मला वेळोवेळी मदत केली. कर्नाटकातले व कर्नाटक-महाराष्ट्राच्या सीमाभागातले अनेक संदर्भ मी त्यांच्यामुळे समजून घेऊ शकले. देवदासी प्रश्नावर मी लिहिलेला लेख शैलेन भांडारे यांनी बारकाईने वाचून काही सुधारणा सुचवल्या. तिघांचेही मनापासून आभार.

– कविता महाजन
kavita.mahajan2008@gmail.com

एक

दूध वासराचं उष्टं आहे, पाणी माशांचं उष्टं;
फूल भ्रमराचं उष्टं आहे, यांनी पूजा कशी करू ?
शिव, शिव! कशी पूजा करू ?
उष्टेपणा नष्ट करणं नाही माझ्या आवाक्यातलं
त्यामुळं जे समर्पित केलं, त्याचाच करा स्वीकार
कूडलसंगमदेव!

— बसवेश्वर

१.

हेगडे मला म्हणतेला, रांडे तुजी अवकात काय्ये
हेच्च मला आठीवलं सेम प्रश्न
आज्जीला तिच्या नवऱ्यानं विचारलाता
सेम प्रश्न अम्माला पुजाऱ्यानं विचारलाता
हेगडेला चढतेली दारू मला दिसते लाल नेत्रांनी
हेगडे लाल दिसतेला पेटलेल्या चितेसारका
हेगडे जळतेला निसताच प्रेताबिगरची चिता
हेगडे सुक्का लाकूड प्रेमाबिगर जळतेला
हेगडे जळतेला निस्ताच प्रेमाबिगर
हेगडेला प्रेम भेटलंच नही जीवनात
प्रेमभंग झाला नही हेगडेचं प्रेम मेलं नही
हेगडेची कॉफीची इस्टेट फुंकून फुंकून
पिईल हेगडेची पांढरीसफेत विधवा
हेगडेची सफेत विधवा झोपंल गड्यावर चढून
हेगडेला आठवत नही कोण्हच्या रस्त्यानं आलता
मांड्यांसारके फाकलेत दोन रस्ते लांबच लांब
चमकतेत चांदण्यात काळे अजगर मांड्यांचे
हेगडे उभाय माज्या बेचक्यात
हेगडेला कळत नही माज्यातून उठून कुठं जावं
मला कुठं जावं हा प्रश्नच नही
येकदा देवाच्या गळ्यात बांधलं की सर्वे प्रश्न
मिटतेत घट्ट
रस्ता उरत नही बेचकी उरते
हेगडे, मी तुला सांगणार नही माजी अवकात काय्ये!

▸▸

२.

चेन्नमल्लिकार्जुना, सांग
हा कुंकवाचा डोंगर हा हाळदीचा डोंगर
हा अबीरबुक्क्याचा डोंगर
वलांडीला मी तर किती वर्षे लागतील
नाकात नेत्रात तोंडात घुसतेला रंग लाल
किती असह्य वास जुईच्या फुलांचा डोंगर वलांडताना

हेगडेचं प्रेत मी कोण्हच्या डोंगरावरतून दरीत फेकू?
की मुंग्या लागायच्या आधी खाऊन घिवू भात?
काय आसतेत नियम
काय आसतेत कायदे
देवाला वाहिलेल्यांना कायदे लागू आसतेत काय?

पुजाऱ्याचा पुत्र मादण्णा म्हणतेला
मी करतंय मदद तू जा घरात
वाटेतनं परत येताना कुंपणावरनं मेंदीची पानं आणून कुटलीती
रात्रभर बांधून ठिवलेते हात मेंदी लावून रुमालात
सुगंधित
मेंदीत हेगडेचं रक्त
मेंदीत आईच्या पुजाऱ्याचं रक्त
मेंदीत आज्जीच्या नवऱ्याचं रक्त

मुंग्यांनी भात खाल्ला तरी त्या पांढऱ्या व्हत नहीत
भाताला रोज हेगडेच्या कॉफीचा वास
आता मला कॉफीच्या बिया कोण्ह आणून दीणार
हेगडे येक रांड रडतेली तुज्यासाठी

▸▸

३.

पुजाऱ्याचा पुत्र मादण्णानं हेगडेच्या मेव्हण्याला
निरोप दिलता तो आलता धावून रात्रीलाच
रात्र कसची मध्यरात्र व्हती
चंद्र डोक्यावरती चढलाता पुनवेचा
चंद्रावरतीई व्हते मेंदीचे डाग

हेगडेचं लाकूड घुसत न्हवतं स्कॉर्पिओमध्ये
मेव्हण्याला घाम फुटतेला मध्यरात्री
मादण्णानं पाणी दिलतं पियाला
मग ॲम्ब्युलेंस आणलीती तिनं आख्खं गाव जागं केलतं
फुटतेलं हेगडेचं भांडं म्हणून आरबाळलाता मेव्हणा

हेगडेला उचलून नेलतं तव्हा माजं मस्तक व्हतं गुडघ्यांत
शेवटचं तोंड बगावं म्हणून मान वर केलीती
तर हेगडे दिसलाच नही अंधार निस्ता दिसतेला
हेगडेचा पुत्र दिसतेला कवळ्या चकित नेत्रांचा
त्याचे पाय धरतीनं खिळून घितलेते
चांदण्याउजेडाच्या साखळ्या त्याच्या पायांत पडल्यात्या
त्याच्या व्हटांवर सायीचा पापुद्रा व्हता वला

माझे गाल भयाच्या आश्रूंनी वले झालेवते
नेत्रात गुलालाचं काजळ सुंदर दिसत व्हतं
मी सुंदर रांड दिसत व्हते
मी सुंदर दु:खी व्हते

शक्य झालं आसतं तर बापाला जाळायच्या आधीच
त्याच रात्री सदाशिवप्पा आला आसता माज्याकडं

त्याला लाकूड घिऊन जाताना मी निस्तीच बगत राह्यले
हारकले मनातनं की यापुढं हेगडे न्हवता आणि तरीई
मला मिळत न्हाणार व्हत्या त्याच्या इस्टेटीवरनं
ताज्या कॉफीच्या बिया

⏩

४.

हुनके देत रडली म्हणतंत कावेरीअम्मा
पदर सारका पडतेला तो सारत व्हत्या बाया
तिची छाती तटतटून आलती
थानं उसळ्या मारून ब्लाउजच्या भायेर पलडी आसती
कावेरीअम्माच्या केसांत फुलं माळलीती
कावेरीअम्माच्या कपाळावर मळवट भरलंतं
हेगडेच्या लाकडाला कावेरीअम्माची पर्वा न्हवती

मग पोत तोडलीती खसकन, सोन्याचा मणी
हेगडेच्या तोंडात ठिवलाता आणि चार काळे मणीई
गजरा तोडलाता मळवट पुसलंतं हातानं
बांगड्या फोडल्यात्या दगडावर आपटूआपटून

हेगडेच्या लाकडानं कावेरीअम्माचा हिरवा रंग न्येला
हेगडेच्या लाकडानं कावेरीअम्माचा लाल रंग न्येला
कावेरीअम्माची फुलं न्येली जाईजुईचमेलीगुलाबाची
पण कोण्ह मिटवू शकणार व्हतं कावेरीअम्माच्या थानांवरच्या
हिरव्या रेषांच्या हज्जार वाटा
त्या वाटांवरतून जाणार व्हती गड्याची बोटं
नाचत नाचत चरत चरत

हेगडेच्या लाकडाची कावेरीअम्माला पर्वा न्हवती
तरी आभाळाकडं हात पसरून ओरडली रडली जनांमध्ये
मग बेशुद्ध पडलीती आखरीला कावेरीअम्मा
शुद्धीवर राह्यली आसती तर तिला
फार आयकावे लागले आसते बायांचे टोमणे
आज्जी म्हणतेली, हुनके देत रडली कावेरीअम्मा!

दहीभात खात खात आयकत व्हते मी
बाळकैरीचं लोणचं तोंडी लावत लावत
कावेरीअम्मासारखी भूक दाबून ठिवायाची
मला गरज न्हवती
तरी मला आठवत राह्यला कावेरीअम्माच्या
पोटातला खड्डा

आज्जी म्हणतेली, हेगडेला उचलून नेल्यानंतर
घरात आणून तिला न्हाणीत घिवून गेले आंघोळीला
तव्हा आंघोळीच्या तांब्यातनं गुपाचुपीनं
लिम्का दिलं तिला
घटाघटा प्यायली कावेरीअम्मा

→

५.

आज्जी म्हणतेली, तुजं नशीब सटीनं लिव्हलंच नही
सटीसाठी रात्री दार खुलं ठिवलं तरी सटी आलीच नही
सटीला रोकलं आसंल नवऱ्यानं
सटीला रोकलं आसंल सासूनं
सटीला रोकलं आसंल पोरांनी
रोज राती लोकायची नशिबं लिव्हायला जातेली

रोज फाटेला सूर्ये उगवताना घरात येतेली
कोण्हाला आवडेल आशी बायको ?
कोण्हाला आवडेल आशी सून, आशी आई ?
सटी सजवत नही राती शेज
सटी गात नही राती लेकरांना अंगाई

आज्जी सांगण्याचं सूत सोडून देतली
आणि दुसराच शब्द धरतेली
म्हणतेलं तर हासतेली की काय काय धरून ठिवायचं
आणि कशाला धरून ठिवायचं ?
नवरा धरून ठिवला तर काय मिळालं ?
सोन्यासारखी पोरगी वाहावी लागलीतीच ना देवाला !

आज्जी हासतेली मी हातात सूत दिल्यावरती
सांगती की सटीसाठी रात्री दार खुलं ठिवलंतं
सटी आलीच नही सैताण आला
मी गेलते विहिरीवर आंधारात गुपचूप
चिंध्या धुवून टाकायला रक्त ओहोटत न्हवतं अम्माचं
तुजी अम्मा रक्ताच्या थारोळ्यात
घीण आली आसंल तेवड्यात तू दिसतेली त्याला
तुजा चेहरा चंद्रासारका चमकत व्हता
तुजं अंग चमेलीच्या कळीसारकं व्हतं
जल्मल्याच्या स्साव्या दिशी फाडलीती त्यानं तुला
बाई... बाई... तश्शीच गाडावी वाटलीती
तरी हिम्मत न्हवती झाली
चिंध्यायबी धुवून वाळवून वापरतेत की माणसं
तूई चिंधीयेवडीच व्हतीस
तुजं नावई न्हवतं ठिवलं
तव्हापास्नं तुला रगत म्हाईती अहे

सटीनं कदीच लिव्हलं नही तुजं नशीब
नशिबाला दोष नही दिवू शकत तू
मला आणि अम्माला कपाळ अहे हात मारायला
तुला नही कपाळ
तू जग नशिबाबिगर
⏩

६.

मला शाळेत जायचं व्हतं
जशी जात व्हती शाळेत हेगडेची मुलगी भारती
निळ्या चौकड्याचा युनिफॉर्म घालून येण्या नाचवत दोन
तिचं दप्तर दाट भरलं आसायचं पुस्तकायनी
जसा कैऱ्यांनी तिच्या आंगणातला आंबा
जसा कावेरीअम्माचा गळा काळ्यासोनेरी मण्यांनी
जसा अम्माचा देह पिवळ्याधम्मक भंडाऱ्यानी

मी केवडी भुणभुण केलती तव्हा येकदाची अम्माने आणलीती
मला येक वही आणिक दोन बॉलपेनं काळी
पण शाळेत नही जायला देलतं

शेवटी भुणभुणीला कंटाळून आज्जीनं नेलतं उचलून तर
शाळेतले सर्वे सरम्याडम चुपचाप झालते
छत धापकन्न डोक्यावरती
पडल्यासारके
हेडसर आज्जीला म्हणतले रागावून की, घरी जा!

किती मुलंमुली म्हणत व्हती प्रार्थना रांगेत मला रांगच न्हवती
मी कधी म्हणतली नही प्रार्थना

तरी मला पाठ अहे... भारत माजा देश अहे आजून

लतामॅडम शाळा सुटल्यावर घरी आलत्या
म्हणतेल्या आज्जीला की, मी शिकवीन वेदिकाला!
तव्हा मला म्हाईती पलडं माजं नाव वेदिका!

▸▸

७.

आज्जीला माझं नाव यखांद्या फुलाचं ठिवायचं व्हतं
पण अम्मा म्हणतेली, नुको काईतरी चांगलं ठिवू दुसरं
फुलं काय कोण्हीबी तोडतं कोण्हीबी माळतं कोण्हीबी वास घेतं
देवाला वाहतंत प्रेतावर घालतंत फुलं
फुलाचं नाव नुको नाजूकसाजूक
जाईजुई गुलाब चंपा चमेली शेवंती कोण्ही नुको!

आज्जी म्हणतेली, आपल्यात आशीच नावं आसतेत!
तर अम्मा म्हणतेली की, आपल्यात म्हण्जे कोण्हाच्यात?
आपण कोण्ह?
तुजी अम्मा कोण्ह व्हती ? तुजी आज्जी कोण्ह व्हती?
त्यांची जात काय व्हती? त्यांचं गाव कोण्हचं व्हतं?

मी आज्जीला इच्चारलं, अम्मा तर बोलत नही ना तुज्याशी
मग ह्ये कसं बोललीती?
आज्जी म्हणतेली, माज्याशी कुठं बोलली...
देवासमुर बसलोतो, ती देवाशी बोलली!

मग आज्जीनं सांगलीती कहाणी की,
पुजाऱ्याच्या मेलेल्या मुलीचं

नाव व्हतं वेदिका, तेच ठिवलं तुला
ढसाढसा रडलीती पुजाऱ्याची बायको
म्हणलीती, दुधाच्या घंगाळात घालून मारलंतं माझ्या लेकीला
जल्मली आणि सतराव्या दिशी तिचा आज्जा मेला
त्यानं आपशकुनाची वाटलीती ती माझ्या सासूला
लेकीचं बारसं करून, नाव ठिवून पाचच दिस झालते
गाडली मातीखाली मुकाट्यानं, रडायचीई चोरी पोरीसाठी!

पुजाऱ्याची बायको बनवते गुपाचूपीनं शेंगाउंडे माज्यासाठी
मला आवडतेत म्हणून आणि खाऊ घालते समोर बसवून
आश्रू पुसत पुसत

⏩

८.

लतामॅडम तोंडाला लॅक्मेचं क्रीम लावतंत
लतामॅडम केसांचा अंबाडा नही बांधत वेणी घालतंत येक सरळ
लतामॅडम वेणीला गंगावन लावतंत
लतामॅडमच्या ब्लाउजची बटनं मागे आसतंत अम्माची पुढं
लतामॅडम इरकल नेसत नही फुलांची साडी नेसतंत
लतामॅडमचा हात मऊ तोंड खडबडीत

लतामॅडमच्या बारीक नेत्रांत पाणी येतलं तव्हा
मंदिरातल्या सारिका हत्तीणीसारके दिसतंत त्यांचे नेत्र
सारिका हत्तीणीच्या कपाळाला जखम झालीय्ये आंकुश टोचू टोचू
तरी माहूत म्हणतेला की मी हत्तीणीवर प्रेम करतो!

माहूत खायला दितो सारिकाला, नदीवर नेऊन आंघोळ घालतो
सारिका पाणी उडवते सोंडेनं

लतामॅडम आणि मी कधीकधी नदीवर फिरायला जातोत
मला पाठ झालाय्ये सतराचा पाढा
माजं नाव मी लिव्हते इंग्लिशमध्ये बरोब्बर

लतामॅडम म्हणतेल्या आज्जीला की, कोण्हत्या भाषेत
शिकवायचं वेदिकाला ?
आज्जी हासती निस्ती... म्हणती, कोण्हच्या भाषेला
गिऱ्हाईक अहे जास्ती ? चांगल्या शिरीमंत गिऱ्हाइकाच्या
भाषेत शिकीव माज्या नातीला !
लतामॅडम मला इंग्लिश शिकवतंत
वाटेनं जाताना कन्नड पाट्या
थोडं हिंदी थोडं मराठी
लाहान आसताना खूप भाषा येताल्यात म्हणतेल्या लतामॅडम
मोठेपणीच्या भाषा दोनच
येक देहाची दुसरी पैशांची

▸▸

९.

अम्मा थुंकली तरी तिच्याकडं मान वळवू वळवू पाहतंत पुर्षे
अम्मानं शिवी देली तरी हासतेत हुप्पे दिसतेत
येकदा येक हुप्प्या झाडावर लाल ताठ लिंग हालवताना दिसलाता
मी घाबरून पळत सुटलीती परकरातल्या कैऱ्या फेकून घराकडं
या पुर्षांयचं कपड्याआत तसंच आसणार
अम्मा बगत नही त्येंच्यातल्या येकाकडेबी
अम्माला वाटते की या गावातल्या पुर्षांयची अवकात नाहीय्ये
की तिनं बगावं येकडाव त्यांच्याकडं !
अम्मा चालती ताठ छाती पुढं काढून सारिका हत्तीणीसारकी
अम्मा निवांत चालती तिला घाई नसती कसली

लतामॅडम म्हणतंत की त्यांच्या पायांला चाकं हईत
त्यांला धावावं लागते सारकं तरीबी संपत नही काम
किती करावं किती करावं किती करावं!

लतामॅडमकडे बगत नही येकयबी पुरुष
अम्माकडे पूर आसतो पुर्षांचा लतामॅडमकडे दुष्काळ
अम्मा बोलत नही काई लतामॅडमपण बोलत नही
आज्जी म्हणतेली की नक्को प्रश्न इच्चारू त्येंला
मला इच्चार काय ते आणि आज्जी हासती
आज्जीची मधाच्या पोळ्यासारकी लोंबती थानं हालतात हासताना
⏩

१०.

वेणी घालून देता देता आज्जी म्हणतेली, गावात बेसवा उधळलाय
हिंडू नगंस, घरात बईस, शिंग खुपसायचा पोटात!
तर पुजारी हासत म्हणतेला की, हीबी बेसवीच की गावाला वाह्यलेली
हिला कसला बेसवाचा धाक घालते?
आज्जी हासती खूप हासती... आरे माणसांसाठी बेसवी ती,
जनावरांसाठी नही
देवाला म्हणता गावाला वाहाता!

मी इच्चारलं आज्जीला की
बेसवीला का नही असत शिंग बेसव्यासारकं?
आज्जी म्हणतेली, त्ये इच्चार तुज्या लतामॅडमला
माणसाला शेपूट व्हतं तशी व्हती का शिंगं कोण्हच्या काळात?
आज्जी हासती निस्ती, आज्जीच्या नेत्रातून हासूच वाहातं

आज्जीला आठवतंत तिच्या मस्तकावरल्या जटा
आज्जीला आठवतेलं की, ओकळीच्या येळी
भर रस्त्यानं कसं लिंब बांधून नागडं नाचवत नेयाचे तिला
हातात लिंबाच्या डाहाळ्या निस्त्या बचावासाटी
रस्त्याच्या दोनी कडांनी आंगावर रंग न् पाणी फेकतेली पुर्षं
छातीला चिपकलेली वली साडी भुकेनं बगणारे हज्जार नेत्र
किती नाचलं तरी सरायचा नही मंदिराचा रस्ता
किती युगं नाचायले, नाचत धावायले वाटे... लाखो वर्षं!

आणि मदकेरीपुऱ्यात सिद्दी अत्तूच्या येळंला पाठीला आकडा लावून
खांबाला टांगायचे मैदानात साडी सुपारी नारळाच्या बदल्यात
लटकत दाखवत राह्यची आंगं मुकाट्यानं
नमस्कार करायचा थोरामोठ्या लोकांला की त्यायनी
करून घिटलं मनोरंजन आमच्याकडनं
देवाच्या खेळासाटी केली आमची निवड, दिला आम्हाला मान!

सांगताना आज्जी हासती जसं ते तिचं आयुष्यच न्हवतं
जशी ती सांगत व्हती दुसऱ्या कोण्या बाईची कहाणी

आज्जी हासती माजी लांब तिपेडी वेणी घालत
केसांना नारळाचं दूध लावत जा म्हणती न विसरता
फूल टोचती वेणीवर लाल गुलाबाचं, अलाबला घेती
▸▸

११.

लतामॅडम घराला मनिऑर्डर करतंत
आज्जीपण करतेली कोण्हालातरी

मी पाह्यलं दोघींना पोस्टात
आज्जीला इच्चारलं तर हासती
मी ठिवते सूत धरून
सांग की ग सांग की ग सांग की ग

आज्जीची सवत अहे सावित्री, सावित्रीचा पुत्र अहे महेश
आज्जी म्हणतेली, त्येचं मस्तक पांगळं अहे
त्येचं मस्तक चालत नही त्येचं मन धावत नही
निस्ता पिंडदेह वाडतो जसा पोटाभायेर मांसाचा गोळा
हासत आसतं ल्येकरू, त्याचा काय दोष, त्याच्या पित्याचं कर्म ते
त्येची लाळ गळते म्हणून दु:ख झालंतं सावित्रीला तव्हा समजावलं मी
कोण्त्या पुरुषाची लाळ गळत नही सांग, सर्वे गळके
नेत्रांनी लाळ गाळतात कातडीनी गाळतात
लिंगबोळ्यानी गाळतात लाळ निस्ती
कोण्हाची दिसते कोण्हाची नही

आज्जीचा नवरा मेला त्येला महेशनी अग्नी देलता
आज्जीची सवत मरंल तिला महेश अग्नी देईल
आज्जीच्या मनिऑर्डरवर जगतेली सावित्री, जगायलाय महेश
आज्जीला वाटतेली आशा की तो तिलाई अग्नी देईल

आज्जीला मी म्हणतेले, आज्जी, मी जाळलं तर
तुजं लाकूड जळायचं नही काय?
आज्जी म्हणतेली, लाकूड जळंल, पण माजा आत्मा
नरकात तळमळंल...
हित्तं नरक थित्तं नरक मला कुठं स्वर्ग नुको का?

⏩

१२.

छातीला नेत्रांनी चिमकुरा काडत तहसीलदार म्हणतेला
आता कुटं राह्यलीये जुनी प्रथा आता कायद्यानं आलीये बंदी
आता कोण्ही वाहते का पोरी देवाला? तुमचे स्वार्थ कधी संपतेल?
पुर्षांनाई लुबाडता साल्या सर्कारलाई लुबाडता!

तहसीलदार यीवून बसलाता आंगणात चहा पीत
आज्जीची आणि अम्माची सरकारी पेन्शनचा फॉर्म भरतेला चिडून
जणू काय त्याच्याच खिशातनं द्येणार व्हता तो
मह्यना पाचशे रुपडे!

अम्मानं फेकला त्येचा कागद बोळा करून
आज्जीनं मात्र आंगठा लावला लक्ष्मीचा आनमान नुको म्हणून
हेगडे आलेता तितक्यात आणि संतापला की, सुरळी कर
तुझ्या फॉर्मची आणि घालून घे गांडीत
पाचशेत इची पायातली चप्पल तरी येईल काय?

तहसीलदार लाल नेत्रांनी जळत म्हणतेला, सेहेचाळीस हज्जार बाया
या कर्नाटकात घिऊन राह्यल्यात देवदासीचं पेन्शन
त्यांच्याहून आता या बायीची काय सोन्याची पुच्ची अहे का काय?

मला हासण्याच्या इतक्या उकळ्या फुटत व्हत्या
दूध उतू जात व्हतं दातांतून शुभ्र
हेगडे पिसाळलाता मस्तकावर मधमाशा घों घों करत असल्यासारकं
त्याच्या गळ्याचं हाडूक येड्या कुत्र्यावानी
जागच्या जागी फिरत व्हतं कातडीत

अम्माला शिंग आसती बेसव्यासारकी

तर तिनी खुपसलं आसतं शिंग आधी
तहसीलदाराच्या पोटात आणि मग हेगडेच्या

⏩

१३.

कोऱ्या साडीचा गंध लिंबाचा गंध भंडाऱ्याचा गंध फुलांचा गंध
कडू हिरवा गोड सफेद तुरट पिवळा घमघम घमघम
कळंना नाकाला काई येगयेगळं

आज्जीनं आंघोळ घाटलीती उष्ण उदकानं जसा
सूर्यच ओतायलीती आंगावर
निस्त्या वाफांनी धुकं भरतेलं दगडी न्हाणीत
जसा भिंतींना पाझर फुटंल आत्ता, पण नही फुटला

लिंब बांधलाता वल्या आंगाला देवासमूर
केसांचा आंबाडा नारळायेवढा, आबोली, जाईजुईचे गजरे
मस्तकावर लिंब तोंडात लिंब कपाळावर भंडारा आणि कोरी साडी
सोन्याची जरकाडी चमचम चमचम मातेचा घोष उदे उदे

जीभ कडू नेत्र तिखट पिवळ्या धुक्यात मातेचा घोष उदे उदे
बाशिंग न् मुंडोळ्या चकचक झकझक चौंडकं वाजतेलं उदे उदे
सुपात तांदुळ तांदळात खंजीर खंजीराला पटका पटक्यावर बाशिंग
आणि मुंडोळ्या चकचक झकझक चौंडकं वाजतेलं उदे उदे

मोरपिसांचे नेत्र गरगर फिरतेले रंग हिरवा जांभळा पारवा
झळझळ टाक टाकावर कुंकू लाल लाल भडक
बगतेली देवी चांदीच्या नेत्रांनी टकमक टकमक
फिटतेला आंतरपाट मस्तकावर पिवळ्या आक्षदांचा सपसप मारा

पिवळ्या आंधाराचे लपके पडतंत खालती
त्याचे शिंतोडे उडतंत नेत्रांत उडतंत उजेडात दिसतेली नही देवी
दिसतेला नही सुपातला खंजीर दिसतेलं नही भिन्नटलं बाशिंग उदे उदे
अकरा वर्षांची वेदिकानवरी लाख वर्षांचा खंजीरनवरदेव उदे उदे
पिवळ्या आंधाराचे लपके पडतंत खालती लपालप लपालप

▸▸

१४.

आज्जीनं मला सांगीटल्या न्हवत्या सर्व्या गोष्टी
जसं की, सटीच्या जागी आलता तो सैताण कोण्ह व्हता?
अम्मालाही नही म्हाईती
तिची शुद्ध हरपलीती त्यायेळी रगतानं
अंधारात आज्जीला दिसलं नसंल तोंड, अम्मा म्हणतेली येकदा
पण आशी म्हाईती इच्चारली की तीन तास
आज्जीचंच तोंड दिसायचं नही

आज्जी मासूम तोंडानं दहीभात खायची तळली मिरची घालून
दह्यानं गार वाटतेलं काकडीनंपण
मला कशानंच गार नही वाटत बर्फ खाल्ला कुडुमकुडुम तरी
घसा धरतेला पण गार नही वाटत

आज्जीनं नवस बोलला व्हता आन्नपूर्णेला, फेडायला गेलतो
हेगडेनी गाडी देलेती स्कॉर्पिओ
आन्नपूर्णा हासत व्हती लकलक आज्जीसारकी सुंदर तोंडानं
आज्जी म्हणतेली, वेदिका फुलांत आली माते, तुजी पूजा बांधते
इला अन्न कमी नही पडू कधी, पाणी कमी नही पडू कधी!

प्रदक्षिणा घाटल्या तर थांबू नही वाटतेलं

फिरतच ऱ्हावं गोल गोल गोल देवीभवताली
आज्जी धावतेली माझ्यामागं आगं आंगात आलं काय तुज्या?
सभामंडपात बसलो दोघी रातभर
आभाळात निस्ता चांदण्यांचा पूर
निगताना पुन्हा भेटलो आन्नपूर्णेला ती तशीच हासतेली

नीर डोसा खाल्ला रागी मुद्दे खाल्ला
कॉफी पिऊन निगालो
तर वाटेत नागडा भिकारी वरडू लागतेला आज्जीला बगून
लोकं बगतेली थांबून थांबून
आज्जीनं बगीतलं थांबून, बगत राह्यली खीनभर नीट
मग चमकून मला ढकललं मागं,
जा गाडीत बस म्हणतेली
निगाली तरातरा हात झटकत संतापानं वळून
तर वराडला भिकारी आकाशभरून प्रचंड
त्याच्या अंगात रक्त नही पू वाहात आसणार
तो माणूस न्हवताच, व्हता जणू येक पिकलेला फोड

मला स्कॉर्पिओत बसवून आज्जी मागं गेलीती परतून
आशीच गेले तर स्मरणातून नही जाणार, पुटपुटली
खांद्यावरची शाल भिकाऱ्याच्या अंगावर टाकली शांत चित्तानं
फोड फुटला हंबरून हंबरून
लोकं गप्प पांगली

आज्जीला निस्ती नखावरतून ओळखू येतंत कोण्हचीबी पुर्षं
आज्जीनं सैताणाला ओळखलं नसंल यावर कधीच
विश्वास न्हवता माजा; आज खातरी झाली, तोच हा!

⏩

१५.

आन्नपूर्णेचं दर्शन झालं आज्जीचा नवस फेडला
आता फेडायची व्हती रेशमी वसनं हेगडेने देलेली हेगडेसमुर
आधीच झाली व्हती बोली ते मलाबी म्हाईती व्हतं
हेगडेनं अम्माच्या नावावर केलता तीन येकराचा मळा

हेगडेची इस्टेट इत्की मोठी अहे, इत्की मोठी अहे...
आज्जी म्हणतेली,
...आठोडा पुरणार नही फिरून बगायला!
बाकी काई बगायचं नसते पुर्षात
पलंगाजवळ त्याचे पाय वाजतले की मिटायचे नेत्र
बायीला लज्जा वाटतेली आसं वाटतेलं अशानी त्याला
करू देयाचं काय करतंलं ते...
कश्यालाई नही म्हणायचं नही...
दुखलं तर दुखू दे... नंतर सुख कळते आपोआप...

अम्माचा दगड जागेवरनं हालतच न्हवता
अम्माच्या जिभेला आबोल्याचा सर्प डसला व्हता

आज्जीनं नेसवून देली सहावार कांजीवरम हिरवीजर्द
आज्जीनं चढवून देले दागिने कानांनाकात
केसांगळ्यात दंडामनगटांत
कमरेवर पट्टा आणि आखरीला पायांच्या बोटांत मासोळ्या

हेगडे मला दिसतेला नही नीट समईच्या उजेडात
हेगडेला मी दिसायची गरज न्हवती
हेगडेनं पाजली मला दारू, पिऊन टाकलं मला गटकन्
▸▸

१६.

आज्जीनं कोण्हाकोण्हाला क्षमा केलेलीती

पह्यला कार्तिक नारायण, तिचा नवरा
पुत्र पाह्यजे म्हणून त्यानं सवत आणतेली
ती पोटुशी राह्यना म्हणून नवस बोललाता...
पुत्र झाला की
आज्जीची लेक देवीला वाहीन!

दुसरी सावित्री, आज्जीची सवत
तिनं पुत्र झाला की घाई केलती नवऱ्याकडं
नवस फेडा नवस फेडा नवस फेडा...
नवसापायी आज्जीही आली घर सोडून लेकीसंगट देवुळात

तिसरा पुजारी, त्यानं देवाची बायको अम्माला
आपली बायको मानलंतं, गावाची बायको मानलंतं
देवनवरीला गावनवरी केलं त्यानं

चवथा सैतान मला फाडणारा
त्या भिकेला लागलेल्याच्या नागड्या देहावरती
माफीची शाल घाटली आज्जीनी

पाचवी अम्मा जी तिच्याशी जीवनभर नही बोलली
सुखाचा शब्द नही दु:खाचा शब्द नही

आज्जी क्षमा करेल का मला साहाव्वीला
मी हेगडेचा खून केला हे कळल्यावरती ?
की मी त्याला खेळवून खेळवून मारलाता हे आज्जीला

कळलं आसंल का आधीच?

⏩

१७.

सदाशिवप्पा कवळा व्हता सुंदर कच्चा
हेगडेचे दिवस झाल्यावर आला पुत्रकर्तव्य करून
मुंडण केलेलं त्याचं मस्तक सुंदर दिसत व्हतं
अस्थिकलशासारकं तांबुस चमकत व्हतं

मी हसतेली खळखळून कितीयेळ भद्रा नदीसारकी
म्हणतेली त्याला, वाहून टाक मस्तकातल्या अस्थी
माझ्या हासण्याच्या गंगेत!
संपलं दु:ख सदाशिवप्पाचं, संपलं दु:ख माजं
रात्रही संपली संपू नये वाटतेली

सदाशिवप्पा आला यीत राह्यला रोज रात्री
रोज रात्री चांदण्याला पूर
चुंबनाला ताज्या कॉफीच्या दळलेल्या बियांचा वास
रोज रात्री सदाशिवप्पा रोज रात्री

हेगडेला इच्चारणारी कावेरीअम्मा व्हत्ती
सदाशिवप्पाला कावेरीअम्मा कोण्ह इच्चारणारी
तिला तर गड्यापासून सवड नही, इस्टेटीपासून सवड नही

हेगडेचा मेव्हणा हबकलाता
मेव्हण्याची बायको म्हणतेली कावेरीअम्माला,
घरात सवाष्ण पाह्यजे, देवधर्म कोण्ह करणार?
कुलाचार बुडले की कुल बुडायला येळ नही लागत!

मान तुकवून हुबा सदाशिवप्पा त्यांच्यासमुर

लग्नानंतर यीणार नही कदी म्हणतेला सदाशिवप्पा
इस्टेटीवरतून पाठवीत राहीन म्हणतेला कॉफीच्या बिया तेवढ्या नियमानं

▸▸

१८.

सदाशिवप्पा घिऊन गेलेता मला मातंग पर्वतावरती
मला घेयाचं होतं दर्शन विरुपाक्षाचं
की रावणानं ठकून की थकून तिथं धरतीवरती ठेवलीती पिंडी
लिंग खिळलं जमिनीत, नेता नही आलं, हारला रावण

मंदिराच्या भवताली शिळांवर शिळा
मला नवल नही वाटतेलं की लहान शिळा मोठ्या शिळेला
कशी जन्मभर डोक्यावर घिऊन बसतेली
कोण्हत्याच बाईला वाटत नही नवल पुर्षांसारकं
नवल करीत राह्यला सदाशिवप्पा

कसा आर्धा सिंह आर्धा नर अहे हा विरुपाक्ष देव
त्येच्या सोनेरी आयाळीत मस्तक खुपसावं वाटलंतं
सिंहावर स्वार व्हावं आसंही वाटलंतं

पूजा केली सदाशिवप्पानं, पुजाऱ्यानं त्याला
गोत्र विचारलं गणगोत विचारलं
मी गप्प मला काही नही विचारलं
पुजाऱ्यानं मानली मला सदाशिवप्पाची पत्नी, मंत्र म्हणले

हॉटेलवाल्यानंही मानली मला सदाशिवप्पाची पत्नी
चांगली मोठ्ठी खोली देली राहायला तीन दिवस दोन रात्री
खिडकीतूनई दिसत होत्या शिळा

आम्ही गेलो मातंग पर्वतावर खालती खळखळ भद्रा
मला उतरायचं व्हतं खालती धुक्यातून
पण सदाशिवप्पाच्या मनात धुकं आणि भीती
सूर्यानं चाटून घितलं धुकं जसं मी सदाशिवप्पाला
मग धावत सुटलो भद्रेकडे, मागे नही पाहिलं
थांबले येकदम, थांबला सदाशिवप्पा
दचकलो दोघं

काळ्या शिळांवर रेघाच रेघा व्हत्या पांढऱ्यासफेद
वरबडलेल्या लांबच लांब रेघा
येकटा गुराखी म्हणतेला, रावणानं उचलून नेलती सीतेला
तिचा वल्कलाचा पदर फरफटला हित्तं
त्या फरफटीच्या रेघा या

▸▸

१९.

घशातल्या लहानग्या हाडमण्यावर येक मोठा आवंढा
जशी शिळेवर शिळा
फुटत नही पडत नही ढळत नही

विरुपाक्ष बसलाय्ये खांबातून बाह्येर यीवून आर्धा नर आर्धा सिंह
तो यित नही देवुळातनं बाह्येर आणि आज्जी म्हणतेली का आपण
जायचं नसते देवुळात
मी नहीच विच्चारत, का जायचं नसते ?

काय करू देवाला बगून ? काय करू त्येच्या जवळ जावून ?

आयकायला आलं आस्तं तर आगीतून
प्रल्हादाला काडलं, दरीतून झेलला आल्लाद तसं
येकातरी बायीला त्येनं दिला आसता हात
देवाची बायको निस्तं म्हणायला, ती संकटात आसती तव्हा
न्येमका देवातला आर्धा सिंह आसतो निजलेला
आणि आर्धा दुबळा नर जागा!

मला वाटतेलं की आवंढा लाल व्हवून
फुटंल मोठ्ठा आभाळभर लाल व्हईल आभाळ
रात लाल दिस लाल माती लाल पाणी लाल
आर्धं देवुळ आधीच पाण्यात अहे, ते पुरतं पाण्यात जाईल
देव बुडंल... बुडताना
हाका मारून सोडंल निस्त्या...
वेदिका वेदिका वेदिका... तार मला!

मी शपथ देईल, वचन मागील, माजी कूस फळू दे
मी जल्माला घालीन मग येक चांगला देव.

»

२०.

सदाशिवप्पा रातभर गुमसुम व्हता बिछान्यात
म्हणतेला तुला हिऱ्यांच्या कुड्या देतो
त्या तर आधीच दिल्या व्हत्या हेगडेनी
नेकलेस देशील तर खरा म्हणतले
आत्ता सोन्याचा देतो निस्ता मग हिऱ्यांचा देईन
म्हणतेला सदाशिवप्पा वल्या नेत्रांनी कोरड्या व्हटांनी

त्याच्या व्हटांवरची साय मी संपवून टाकली व्हती

पहाटेच्या प्रहराला बिछान्यातून उठून निघून जातेला सदशिवप्पा
त्याची पाठ मला फार आवडतेली घट्टमुट्ट दणकट्ट
सदाशिवप्पाची पाठही रडतेली मला सोडून जाताना
त्याचे दगडाचे पाय आवजड... उचलू उचलू नेतो कसेबसे

इतक्या हट्ट्याकट्ट्या पुर्षालाई इतकंच जमतेलं
की तो सोडून जातो बिछान्यात नेत्र
इथंच ठिवतो व्हट माज्या व्हटांवर
ठिवून जातो लिंग माझ्याशिवाय दुसरी कुणी नुको त्याला

कावेरीअम्मानं शपथ घातली लग्नाआधी
तरी म्हणतेला, येक वंशाचा दिवा देईल, मग स्पर्श नही करणार
जयंतीला! वेदिका नुको, तर जयंतीई नक्को...
मला सांगताना फुटला त्याचा दगडाचा बांध
कातडीआत पुराचं पाणी चक्राकार घुमत फिरतेलं
माझ्या मस्तकातही तेच तसंच चक्राकार
सोताला नीट सांबाळून घिवून जा म्हणतले मी
म्हणतले, कॉफीच्या ताज्या बिया पाठवत जा, विसरू नुको

सदाशिवप्पा म्हणतेला आखरीच्या रात्री मला
तू माजी आयी व्हती, माजी बायी झाली, आता तू माजी लेक व्हय
आईक माजं आणि शिक्षण कर... धाव्वीची परीक्षा बाह्येरून दे
आभ्यास कर रोज... पास झाली तर
धाडीन म्हैसूरला कॉलेजात... म्हणतेला... किती येळ तेच सांगणं

त्या रातीपर्यंत मी कधीच कुणाला म्हणतले न्हवते आप्पा
त्या राती म्हणतेली... आणि गाढ नीज लागली नेत्रांना

माझ्या नेत्रांतला सगळा गुलाल मी उधळीन
त्याच्या लग्नाच्या वरातीत नाचताना

⏩

२१.

नाचायचं व्हतं रीत म्हणून आता सदाशिवप्पाच्या वरातीसमुर
हेगडेच्या मेव्हण्याच्या बायकोनं आणून देलती मानाची इरकल
परत धाडली अम्मानं आणि आणविली पिवळीलख्ख कांचीपुरम
पदरावर हिरवेगार बारा पोपट आसलेली
जळफळलीती हेगडेच्या मेव्हण्याची बायको, तरी गप बसलीती
कारण की तिचीच तर भाची देलीती सदाशिवप्पाला
आजून आठरा झाले न्हवते पुरते जयंतीला
तरी खोटा दाखला आणलाता शाळेतनं

आता भुकेल्यापोटी वरातीसमोर नाचणं आवघडच व्हत्तं
कावेरीअम्मा बगत व्हती दारामागनं सफेत रेशीम नेसून
तिचे नेत्र चिकटले व्हते माज्या कांचीपुरमच्या
पदरावरच्या पोपटांवर
पोपटांच्या चोची रक्तासारक्या लाल व्हत्या

⏩

२२.

आज्जीला इच्चारलं, इत्का भंडारा कशाला
आपल्याच नशिबाला ?
आज्जी म्हणतेली, आपल्याइतक्या जखमा
दुसऱ्या कोण्हाकडे हईत ?
जखमांची हाक आसती हाळदीला !

आपल्या जखमांना आसतंत हजार नेत्र
हजार नेत्रांना नसत्यात पापण्या, कायम उघडे
दुनियेची दुःखं दिसत राहतंत सारकी
म्हणून पाह्यजे भंडारा
दुःखनाशाला.

▸▸

२३.

लग्नाच्या येळंला कुंकवानं माखतेलं मस्तक बगून
आज्जी म्हणलीती समाधानानं की, ह्ये
आस्संच ऱ्हाणार आता मरेपस्तोर
देवाची नवरी विधवा नही होत कदीच,
देव जित्ताच आसतो नेहेमी

मला घुसळाव वाटतेला समुद्र
आणि काडावी मंथनातनं जबरी इखाची वडी
अमृताला जुमानायची नही आसली कडू
देवाला मारावं विष देवून
विधवा बनावं लाख सवतींसंगट
छाती पिटू पिटू रडू सगळ्या मिळून
देवाच्या नावाचं कुंकू पुसू
हिरवा चुडा फोडू खणाखण हात दगडांवर आपटून

सुंदर दिसतेलं पांढरं सफेद कपाळ
आसल्या मळवटापेक्षा
मेलेल्या देवाशी पुन्हा कोण्हचीच माणसं लावायची नहीत लग्नं
कोण्हच्याच मुलीचं

▸▸

२४.

जयंतीसाठी सवाष्ण बायकानी म्हणतेलं लक्ष्मीशोभान
कडेपाटाच्या माडीवर गात व्हत्या सगळ्या
जयंतीला मामानं साडी आणलेती हळदपिवळी
जयंतीच्या गळ्यात मंगळसूत्र बांधलं सदाशिवप्पानं

जयंतीची वटी भरली फळांनी, जयंतीची आरती केली
जयंतीचं नाव बदलून ठिवलं तुंगभद्रा
सदाशिवप्पाच्या आज्जीचं नाव त्ये
आज्जीनं घराण्याचं नशीब फळवीलं म्हणतेत
तसंच आता फळावं फिरून, वेदिकाची सावली सारून

सदाशिवप्पा, तुला टू इन वन वाईफ मिळाली बग
मी म्हणतेली खदखदून हासून
की ही तुंगाई अहे, भद्राई अहे!
जळातून प्रिथ्वीला बाह्येर काढलंतं वराहानं
आणि थकून थांबलाता बिचारा पर्वतावरती तव्हा
त्याच्या दोन्ही सुळ्यांतून टपकू लागतेलं पाणी
येक धार तुंगा येक धार भद्रा
सदाशिवप्पा, तुला येकीतच दोगी मिळाल्या!!

तुंगभद्राच्या नेत्रातून पाण्याच्या धुसफुस धारा
तुंगभद्राच्या मनात भयाचा लालकाळा चिखल
तुंगभद्राला निरागस राग शाळा सोडावी लागतेली त्याचा
तुंगभद्राला अपमान की
सदाशिवप्पा रोज रात्री जात व्हता
गावनवरीच्या घरी
जिथं जात व्हता तुंगभद्राचा सासरा थित्तंच

पण कोण्ह इच्चारतंय जयंतीच्या हट्टाला ?
आणि आता तर
तिची तुंगभद्रा केलीय.

▸▸

२५.

अम्मानं जावू नही देलं कॉलेज शिकायला
चांगला फर्स्टक्लास मिळवीला मी धाव्वीला तरी
सोडू देलं नही घर, सोडू देलं नही गाव
मरणयेळ आली म्हणताना शपथ घिटली माज्याकडनं
आज्जी व्हट आवळून हुबी आयकत दाराबाह्येर

अम्मा समजावतेली, वेदिका,
म्हैसूर पणजी सोलापूर कोल्हापूर कुठंय जा
भूतकाळाचं लुब्रं कुत्रं तुजी पाठ सोडणार नही
पायात पायात येईल मुडदा लूत भरलेला
असह्य वास जाईजुईचा डोंगर ओलांडायला गेली तरी
त्येच जखमी कुत्रं येईल तुज्या मागं मागं मागं
मग समुर जाणं आवघड, मागं येणं आवघड
अहे तशी राहा अहे हित्तं राहा

मी म्हणतेले रडून रडून की मी पाळीन
लुब्रा कुत्रा लूत भरलेला
धुईन त्याचं अंग साबणानं, औषध लावील जखमांना
बरा करील त्याला... मग राह्यला काय गेला काय त्याची मर्जी
आज्जीनं कसं बरं केलं आसंल मला साहाव्व्या दिवसापास्नं
कसा जित्ता केला आसंल माजा कवळा मुडदा
कितीदा पुसलं आसंल मांड्यांमधलं रक्त

कितीदा लावली आसेल हाळद उगाळून
आज्जीचे हात चंदनाचे
आख्खी आज्जीच उगाळलेल्या चंदनाची गोळी

अम्मा हासली येड लागल्यागत खदखदून
म्हणतेली, तुला जगवण्यात तिचा स्वार्थ व्हता
तुला काय झ्याट मिळणार भूतकाळ पाळून?
शाहणी व्हय... ती आयी नही, आज्जी नही
हडळ अहेय हडळ! अम्मा देतली शिव्या
ज्या कधी आयीकल्या न्हवत्या घराच्या भिताडांनी
दातखिळी बसली तिची आखरीला
शिव्या आडकतेल्या दातांतच सर्व्या

▸▸

२६.

अम्मा रडतेली कळवळून आंथरुणात पोटाशी पाय घिवून
तिचं आंग येतलं बाह्येर ते हातानीच सारते आत
हात रक्तानं भरतंत, साडी रक्तानं भरते, धुते उठून तिची ती
आज्जीला हात नही लावू देत
मी म्हणतले, मी धुईन तुजे कपडे, तू नुको उठू
रोज इतकं रक्त रोज इतकं रक्त
किती येळ नेत्रांना लाल दिसत राह्यते प्रिथ्वी
निस्ता रक्ताचा गंध यीतो घरभर पाण्यालाई अन्नालाई
गिळवत नही घास

जात का नही डॉक्टरकडे? - लतामॅडम म्हणतंत आज्जीला
त्यांनी समजावूनई गप्प राह्यलीती अम्मा व्हट आवळून
तिची जगायच्या इच्छेची दोरी तुटलीती जणू

पुजाऱ्यानं बंद केलं तव्हापास्नं अम्माकडे येणं
मात्र आता रोजच्या रोज येतली पुजाऱ्याची बायको
अम्माजवळ बसून राह्यते
इचं काई खरं नही, म्हणतेली आज्जी हेगडेला
म्हणतेली की, कसं व्हइल आता या पोरीचं ? कसं व्हईल माजं ?
तव्हा हेगडेनं पह्यलांदा पाह्यलं मला वरखाली अधेमधे मागंपुढं
कवळी होती माजी छाती, दुधाचे व्हत्ते व्हटं !

आयकून अम्मा रडतेली हंबरून हंबरून आंथरुणात
आज्जी मला म्हणतेली, थांब हित्तं जरा
तरी माझं पाय पळू पळू जात राह्यले अम्माजवळ

अम्मात रंग नही राह्यला, सफेत झाली कातडी
आता काळी व्हईल का मरताना ? म्हाईती नही
मी विचार करतेली रात्रभर दिवसभर की
कसं दिसंल अम्माचं लाकूड ?
देवुळामागल्या देवचाफ्याच्या खोडाला
किड्यांनी खाल्लंतं आतून आतून
आखरीपस्तोर समजलं नही पुजाऱ्याला
पानं गळाली की फुलं येयाचीच त्येला
पोखरलं तरी कुठून येतला बहर नही कळे

तुजी अम्मा देवचाफा व्हती गं... म्हणत हळूहळू रडतेली
पुजाऱ्याची बायको, जसं शंखातून गळतं पाणी
देव धुवून जाले की शंख धुतो पुजारी
तसं लाल दिसतंत तिचं आश्रू कुंकवानं
रक्त रडती जणू ती

पुजारी नही रडत आज्जी नही रडत मी नही रडत

रडते लतामॅडम स्फुंदत जशी तिचीच अम्मा मेली
⏩

२७.

देवाला लागतेलं सुतक, त्येची नवरी मेली
नभात मळवटाचा लाल पट्टा उठलाता
हाळदउधळ्या सूर्य उतरलाता कळसावर झाडंपानं सुवर्णाची
त्यायेळी देवाला लागतेलं सुतक, त्येची नवरी मेली

तिला नेसवलीती कोरी साडी आणि पांघरलंतं रेशमाचं
देववस्त्र देवाच्या देहावरतून उतरवून आणि
देवाच्या देहावरतून उतरवेली वाह्यलेली पांढरी लाल फुलं
ती सगळी घातलीती तिच्या लाकडावर
देवाशिवायचं येक फूल नही मिळतेलं तिला
तसंई लाकडाला फुलांचं काय वस्त्रांचं काय
मरणाचा सोहळा देवुळाबाह्येर देवुळामागं
मागं राह्यलेल्या कोण्हाच्याच मनात नही फुटल्या काळ्या लाह्या
देवाच्या मनात तर आसतील आजून हज्जार नवऱ्या

मला मरणाचं भय नही, मरणाचा राग नही, घीण नही
मला घीण येतली सोहळ्याची, देववसनाची, उतरवलेल्या फुलांची
मला घीण येतली पुर्षांच्या वासल्या नेत्रांची
ते बगतात आजून येकटक प्रेताचंई तोंड वासल्या नेत्रांनी
लाकूड जाली बायी तरी संपत नही त्येंची देहाची हाव
पुर्षांच्या वासनांच्या भवऱ्यात अम्माचं लाकूड
आडकून फिरतेलं गरागरा गरागरा गरागरा
तसलंच दिसतेलं माज्या नेत्रांना
तिरडीला बांधून जाळलंतं तरीबी

राख सावडायला गेलते तर उठलं व्हतं वावदान
राख जातेली उडून गोल गोल फिरत नभापस्तोर
जातेली गावभर येकेकाच्या वासल्या नेत्रांत
हाळद राख, कुंकू राख, वस्त्रं राख, फुलं राख
राख जातेली उडून देवुळाच्या कळसावर

देवुळात देव पाळतेला सुतक नवरीचं
बसतेला निस्ता येकटा पूजेबिगर नैवेद्याबिगर
गाव मोकळा बेसव
➤

२८.

आज्जीला आज्जी म्हणता येतलं, अम्माला अम्मा
प्रिथ्वीला प्रिथ्वी सागराला सागर नभाला नभ
पण आता जयंतीला तुंगभद्रा म्हणावं लागतेलं
जयंतीला सगळंच बदलावं लागतंय, म्हणतेली आज्जी,
तुला नही... ती लग्नाची, तू लग्नाची नही

मला गप्प बसावं वाटतेलं अम्मासारकं
मला हासावं वाटतेलं आज्जीसारकं
मला वाटतेलं लचके तोडावेत नभाचे
मला कळत नही आसल्या दिवसांत
वेदिकानं काय करायचं असते ?

पौर्णिमा जाते अमावास्या येते
अमावास्या जाते पौर्णिमा येते
तुंगभद्राची चुकत नही पाळी बदलत नही ती
पवित्र कोरी तशीच सुंदर दिसते

दुधाच्या नदीसारकी वाहते
आवाज न करता

▸▸

२९.

आज्जी सांगत आली सक्काळीच की,
बायी बायी तुंगभद्रा मिळाली कृष्णाला!
मी हासून म्हणतले, इतका तर भूगोल मला लतामॅडमनी
शिकविला अहेय आज्जी!
आणि दिसलेते आवचित आज्जीच्या नेत्रातले
सफेद मेघ कोरे
भयानं पिंजलेले पुंजके निसते कर्कश

तुंगभद्रानं गळफास लावून घिटला व्हता देवघरात
ती देवाच्या खोलीत मेली माज्या नवऱ्याच्या घरात
लटकून
ती किती रडली भाकली आसंल
किती केली आसंल तकरार त्या देवाकडं
कोरड्या सदाशिवप्पाला तिच्यासाठी थोडका
वलेपणा द्ये म्हणून
तर देव पुरताच कोरडा त्याच्याहून
तो कुठून देतला वलेपणा
जगातला सर्वा वलेपणा निसता बायीच्या नेत्रात

मी हंबरले सवतीच्या मरणावरती, छाती पिटून रडले
तिच्या प्रेतावर वाह्यलेल्या कण्हेरीच्या फुलांसारकी
लाल झाली माझी थानं माझ्या मुठी आदळून

▸▸

३०.

भक्तीनी मळमळ व्हतेली घशात
मी नही करणार तुजं नामस्मरण चेन्नमल्लिकार्जुना
अडवलं तर तुजा हात झटकून निगून जायाची हितून

मी पाताळात गाडून घिणार नही
मी वाऱ्यावर उडून जाणार नही
मी कदलीबनात गुहेत हारवणार नही
उपास नही करणार व्रत नही करणार
पूजा तर सोडून टाकली कधीच
मी घाबरत नही देवाला घाबरत नही गावाला...!

आज्जीनं तोंडावर हात दाबला गच्च आणि गप म्हणतेली
म्हणतेली, आता जयंतीचे भाऊ तुजे तुकडे करतील यिवून
बांध चटकन कापडं... दागिने, पैसे हाताशी आसंल ते घ्ये
रातोरात पळ हितनं माज्याकडं बघू नुको वळून
मादण्णा यील येशीपस्तोर... पुढं तुजी तूच तुला...

तव्हापासनं
कारवार पणजी कोल्हापूर सोलापूर पंढरपूर
पायाला चाकं नेत्रांत भय मस्तकात राख दोन वर्षं.

▸▸

३१.

आगीनं मेढा घातला की भाजते कातडी
पाण्यानं मेढा घातला की चिंबते अंगांग
वाऱ्यानं मेढा घातला की कोंडतो श्वास

आठवत नही माणूस आठवत नही देव
आठवत नही मला संकटात कोण्हीच माज्याबिगर
मी मला हाका मारते जीव येकवटून
मी माज्या घराचं दार वाजीवते खाडखाड
मी मलाच मागते आसरा वसरीवर
आंधळ्या वादळात

मीच माजी होडी व्हवू शकणार या पुरात
मीच तारणार मला चेन्नमल्लिकार्जुना, तू नही
मी तुझं नाव विसरेन त्या दिवशी जिंकेन!
»

३२.

दूधसागर व्हवून कोसळतेली शरावती
गर्जते घुमते उदे उदे धबधबा व्हवून
कड्यावर हुबी नदी काई घाबरून थांबतेली काय?
की पाण्याचा पदर सांबाळत जातेली वळणावळणानं
कडे चुकवू चुकवू?

कोसळती म्हणजे नष्ट नही व्हत
कोसळणं म्हणजे दरयेळी नसती अधोगती
पावूस उतरून येतला नभातनं... त्याला अधोगती
म्हणतंत का कोण्ही?
» »

दोन

अभिसारासाठी निघाले, तर मिळालं खोटं नाणं;
भग्न घरामागे लपले, तर विंचवानं मारला डंख;
किंचाळले भयानं, तर चौकीदारानं उतरवली साडी;
शरमेनं परतले घरी, तर नवऱ्यानं हाणलं वेतानं;
राजानं वसूल केला दंड, कूडलसंगमदेव!

– बसवेश्वर

३३.

कोण्ह आसतंय येकटं आपापल्या कातडीत ?
कोण्ह आसतंय येकटं आपापल्या कातडीबाह्येर ?
संगट चालतंत दोन कुत्री येशीपस्तोर
संगट उडतो बगळ्यांचा नकाशा मस्तकावरतून
संगट जागतंत घुबडाचे नेत्र वडाच्या ढोलीतून
संगट जेवतंत येक भाकरी लालकाळ्या मुंग्या
संगट कोसळती नभातून चमकत चांदणी आणि
दगड व्हती मनातल्या वासनेसंगट
अनवाणी पायांसंगट बोलतंत वाटेचे खडेकाटे
टोचतेली भाषा त्यांची तापलेले शब्द
तहानेसंगट बोलतेली भूक, पाण्याला हाका देतेली
झाडाखालती उन्हासंगट गजगे खेळतेली सावली
वाऱ्यासंगट फिरतंत गंध वळखीचे बिगरवळखीचे
कातडीवर तुज्या बोटांचे ठसे गोंदून मी चालतेली वाटा
सदाशिवप्पा, तुज्या स्पर्शासंगट !

⏩

३४.

धरतीवर पाठ टेकली की
झाडांचा पानपसारा दिसतेला हिरवा
दिसतंत नभातली ढगांची सफेद पिसं
कूस वळली की दिसतेलं माळरान
दिसतंत दगडधोंड्यातून जातेल्या वाटा
मी उठून चालत जातेली कुठंई नदीचा आवाज आयकून
नदीचा आवाज आयकून ताहान वाढते
नेत्र वले व्हतंत नदीचा आवाज आयकून

शल्मालेचं पाणी दिसतेलं दुरून आणि पायांखाली शिवलिंग
येक नही अनेक शिवलिंगं... हजार...
संगट साप, नंदी... दगडात सर्वे
नदी वाहतेली सर्व्यांवरतून
वर अंधार दाटतेला काळानिळा विषारी

नदी जातेली आंधारातई वाहात कुठून कुठं
संकटं ठरीवतंत नदीची वाट
संकटं ठरीवतंत नदीचा वेग
संकटं ठरीवतंत नदीचं रूपरंग
संकटं नसती तर अहे तशी राह्यली नसती कोण्हचीच नदी
येगळी वाह्यली आसती

नित्यनीरा शल्माला वाहतेली शांत हजार शिवलिंगांना
कुशीत घिवून
मीही तिच्या कुशीत निजलेते शांत
पाठीखाली दगड, अंगावरतून पाण्याची चादर
कोण्हचाच बिछाना इतका सुरक्षित नही वाटलाता कदी

नदी बाजूची उठून निगून जाईल मला झोपेत येकली सोडून
आशी धास्ती वाटत नही

⏩

३५.

नदी म्हणतेली, थांबू नुको वाहात राहा
माज्या संगटीनं चालू नुको तुज्या तुज्या वाटेनं जा
भयाचा देठ कसा खुडतंत तुजी तू शिक
कोण्ही नही तुला आता आज्जी नही अम्मा नही
लतामॅडम नही सदाशिवप्पा नही कोण्ही नही शिकवणार काई

मला भय की पाय टाकावा तर वारूळ फुटंल
मस्तक उचलावं तर आग्यामोहोळ उठंल धडकून
तो देव काय करंल नवरा म्हणीवतेला ? कोप व्हईल ?
की फिरावं लागंल परडी घिऊन दारोदार भंडारा उधळत ?
मस्तकात घों घों घर गांधीलमाश्यांचं, त्या डसतंत आतल्या आत
कुठं जावं ? सर्वे रस्ते अदिश अदिश

यल्लम्माच्या मस्तकाजागी कमळ का आसतं ?
भूदेवीच्या मस्तकाजागी चक्र का आसतं ?
चक्राला नेत्र नसतंत कमळाला नेत्र नसतंत
म्हणून थांबल्या का त्या देवुळातच वाटा मोडून ?
नहीतर चालली आसती संगट यल्लम्मा
चालली आसती संगट भूदेवी

येकटा भेटला जंगलात पुर्षाइतक्या उंच वारुळाजवळ
हासला दर्शन बघून लालचेनं घाण
मी हटले मागं तर म्हणतेला, हट्टर हादर मुट्टीर मुडचट...

संभोगाला कसली शिवाशीव ?
खोटा भक्त देवाचा दलाल
फेकतंत मस्तकाचे देठ खुडून पूजेच्या नावाखाली
आणि देवाच्या मनात तर आसतंय विस्मरणाचं विख
देव जगतो कसा मेलेल्या मनानं ?

मी पडून राह्यले तशीच उघडीनागडी वारुळाजवळ
आज्जीनं सांगतेली गोष्ट येकडाव
वारूळ म्हणजे आसती प्रिथ्वीची योनी !
माझ्या अंगभर मुंग्या आल्या आठवून आठवून

मग तोंडात पदराचा बोळा घालून अंधारात पळतेली बेफाम
भिवून सुटले व्हते
तुटलेली चप्पल काढून फेकली
वाट पाह्यली नही, शेत पाह्यलं नही, काटे पाह्यले नही
वारुळावर पडला पाय आणि फुटलं वारुळ
अंगभर मुंग्या घिऊन लोळले गडबडा
धावले पुन्हा, पाण्यात उतरले, पुन्हा धावले वल्या अंगानं

वाट नागासारकी काळी आणि मस्तकात फुटलंतं वारुळ
कातडीखाली मुंग्या
पुन्हा किरडू दिसलं येकटं !

▸▸

३६.

झाडाखाली बसून राह्यलं की नीट दिसतेलं गवत
गवताची मुळं, फुलं, झाडाचीई मुळं जाडीजुडी जमिनीवर
वरती फांदोरा, फुलोरा, पानोळा आणि फळं

वाटलंतं की आपलं बरं झाडापरीस
लोकायनी दगड मारले तर पळून जायाला पाय अहेत
रक्त निगून सांडलं तर घसा अहे किंचाळायला
जीभ अहे शिव्या देयाला!
झाडाला पाय नहीत, पंखय नहीत
उडून जायाला पाखरासारके
येका जागी राहून सोसावं लागतेलं त्याला मरेस्तोवर

येकदा वाटलंतं की झाडासारकं उन्हामातीतनं अन्नपाणी
मिळवता आलं आसतं तर किती चांगलं व्हतं
आतडी आशी वाळून आवळली नसती पोटात
किती तुटतेलं पोट की गवत खावं माती खावी
भूक लागली की आठीवते
पुजाऱ्याच्या बायकोनं चोरून खाऊ घातलीती हुग्गी
किती खोबरं घालून केलेली.

⏩

३७.

घर व्हतं नष्ट झालं
गाव व्हतं राह्यलं नही
गोत व्हतं जळून राख झालं

कोण्हच्या ताटात जेवायची
कोण्हच्या पाटावर बसायची
कोण्हच्या घंगाळात उष्ण उदक भरून
न्हायची लांब केस मुक्त सोडून टाकून
कोण्हच्या आंगणातल्या जुईची
फुलं माळायची गजरे करून

मी सगळं गाडलं स्वप्नाच्या मातीखाली
काई वरती ठिवलं नही

गाडला खंजीर बाशिंगापुरत्या कामाचा
म्हणतेले देवाला, मी टाकून सोडला तुला
देली सोडचिठी काडीमोड करतेली
भरली तुझी या जल्माची जकात
आता कर माझी वाट मोकळी

देव व्हता नष्ट झाला
राह्यलं नही आता काई

»

३८.

माझ्या नेत्रांतला गुलाल पुसून काळं काजळ घालतेला
कोण्हीतरी आसेल पाहाडाच्या छातीचा कातळाच्या काळजाचा
आसं स्वप्नातच वाटतेलं मला अंबिगर भेटायच्या आधी

चोर उशाखालचं गाठोडं उचलून पळत व्हता आणि माजं
मस्तक ठणकण आपटलंतं खालती दगडावर
रक्ताची धार आणि किंचाळलेते मी काई न कळून झोपेत
धावत आले लोक देवुळात निजलेले किंकाळी आयकून
मी कशी निजणार देवुळात ?

अंबिगरनं मस्तक उचलून बर्फासारक्या हातांनी
रुमालात धरलंतं माजं रक्त फुलांसारकं
माजा काटा तव्हाच टोचतेला त्याच्या बेंबीच्या देठाला
माज्या हातांचा फास त्याच्या मानेला

तरी त्याचे नेत्र शांतच व्हट बंदच

मी जाणून गेले, नष्ट व्हणार हा सुंदर अंबिगर वेदिकाकडून
नष्ट व्हणार
माज्या रक्तानं माखला त्याचा व्हणार अंत प्रेमात

⏩

३९.

आता दे माज्या येका प्रश्नाचं उत्तर अंबिगर
की, तू कुठून आला ?
घराणं नुको सांगू गोत नुको सांगू गाव नुको सांगू
सांग तू कुठून आला… देश नुको सांगू भाषा नुको सांगू
देव नुको सांगू माती नुको सांगू
सांग तू कुठून आला… आईबाप नुको सांगू
आज्जी हासतेली जिथ्थं कुठं आसतेली तिथनं
उत्तर नही येतलं तर
माज्यावरती रोखतेलं बोट कर खालती
सांग की तुला नक्की नही म्हाईती, मगच मी देईल उत्तर !

कित्ती गोष्टी सांगितल्यात्या अक्क महादेवीनं…
येक नही दोन नही तू आला चवऱ्यांशी लक्ष योनींमधून
किती योनी दार बनल्या दु:ख सोसून तुला उजेड देण्यासाठी
किती योनींनी केली क्षमा तुजे गुन्हे पुसून टाकून
किती योनींनी पुन्हा दिला तुला प्रवेश नव्या जल्मासाठी

विसरू नुको आतले आंधार, ज्यांनी तुला पोसलं पाळलं
कदीच नुको विसरू तू कुठून आला
येक नही दोन नही तू आला चवऱ्यांशी लक्ष योनींमधून

माणूस बनविलं त्यांनीच तुला इतक्या येरझारांनंतर
ध्यानात ठीव अंबिगर

▸▸

४०.

शेवटची काडी भेटावी काडेपेटीत तसा भेटलाता अंबिगर
त्याचे नेत्र काळ्या कमळाच्या कळ्या
त्याचा पंजा जाडजुड वाघरासारका
खांद्यावर हात ठिवून बोलला तर बोटं उमटलिती
त्याचा स्वर घोघरा रिकाम्या कळशीत नळ सुटतेला
त्याच्यात आग व्हती पण चिमुटीभरच व्हती
येकीच्या चुलीला पुरेल ना पुरेल इतकीच
माज्यासाठी तो दुनिया कशी पेटविणार ?

गणगोत जमलं हाकारा करून तसा गेला
लुळ्यापांगळ्या चालीनं आंथरुण सोडून टाकून
कोंडवून टाकला त्याला गोतावळ्यानं घरात
नात्यांचे आडसर लावून

भर दुपारी मी घराबाह्येर
कुंकवाचा वघळ माझ्या नाकावरतून उतरलाता
सुकून गेला घाम, वाळून गेली जिभली हाका न मारताच
आपमानाच्या रागानं लाल झाले माजे नेत्र
त्याच्या गावाच्या वेशीवर हुबं ऱ्हावून मी
सूर्याला पायताण दाखवलं
मगच सोडून टाकलं तेई गाव

▸▸

४१.

देवाला सांबाळून घ्यावं लागतंय म्हणतेली शांतव्वा
वेशीवर भेटलीती, अंबिगराचं सोलापूर सोडताना
म्हणतेली की, देवाकडनं कवडीची आशा नही करायची
आपण आपले नेम पाळायचे, त्यो कसा का आसंना
उतायचं नही मातायचं नही
कुंथाकण्हायचं तर नहीच नही

रांडेनंही सतपण राखावं म्हणणारा अहे ह्यो समाज
अंबिगरानं तुला काय देल्हं आसतं?
शाळंतला मास्तर त्यो, जिमिन नही जुमला नही त्याच्याकडं
त्याच्या लग्नाच्या बायकोची पोरं पाळून
त्याच्यासंगट जसातसा जल्म काढून गंगेला मिळायचं
हेच्च क्येलं आसतं ना?
सुटवंग जाली बरं जालं... आता माज्यासंगट राह्य
परडी घिवून चार घरं मागून खाय..
देवानं ठिवलं तसं ऱ्हावावं आपण!

भरून येतले नेत्र
त्या मास्तराच्या नखांनी किती गणितं सोडवली
माज्या थानांवरती
लालगुलाबी कंसांमध्ये किती अदृश्य आकडे
रोज उत्तर मिळतलं तरी यीतच राह्यला जवळ
पुन:पुन्हा नवी कुटं घिवून
मला वाटलंतं, जमला आपला ताळा!

नेत्र पुसून उठले तिथनं
निगताना शांतव्वाला म्हणतले,

पण देवानं मला ठिवलंय कुठं? मी ठिवलेली नही कुणाची
मी ना देवाची रखेली ना अंबिगरची...
माजं तर लग्न जालंय देवाशी, मी लग्नाची!

⏩

४२.

प्रश्नांच्या जटा मस्तक जड जड करतेल्या हिंडताना
कोण्ह ग तू? कोण्हचं गाव? कोण्हची भाषा?
जात काय? धर्म काय? गणगोत काय?
बाप कोण्ह? कोण्ह आज्जा? देव कोंचा?
लाख प्रश्न विचारतेले पुर्षे गावागावात रस्त्यांवर
हॉटेलात खाताना आणि भीक घालतानासुद्धा
लाख प्रश्न विचारतेले लोक... मी गुमसुम
काय सांगाव कोण्हाकोण्हाला सांगाव का सांगाव?
सर्वे प्रश्न हिंडून हिंडून आखरीले यीवून पडतेत
थानं-मांड्यांमध्ये
पुर्षांसाठी तितकंच खरं, बाकी काही नही.

चोरीला गेली कापडं, उरलंसुरलं किडूकमिडूक चोरानं नेलं
चोराची गरज आसंल का जास्ती मोठी?
तरी रडू आलतंच की येकदम रिते झाले हात
मग आठवलं
अक्कमहादेवी, तू तर टाकून देलते दागिने
कापडं फेडलीती भर दरबारात
आणि निगाली नागडी चालत राजवाड्यातून
राजानं शब्द देलता, पण तो पाळता नही आला त्येला
नवरा जागा झाला तेच्यातला... किती राण्या आसतील्या तरी
तुजा पदर धरला मोहानं

रागेजून, त्यानं देलतं ते सगळं टाकून निगाली तू...

माजं गाठोडं नेलं चोरानं जसं त्याचंच होतं
काय अहे माजं ? देह तरी अहे का माजा ?
येकेकानं ओरबाडली कातडी चावलं मांस मोडली हाडं
रस्ता संपत नही थारा मिळत नही
माणूस गवसना येकही सर्वे किडे सरडे
▸▸

४३.

चालताना वाट न्हवती माजी
किती लोकांनी चालून मळवलीती माती
येकेका पावलानं घडवलाता मार्ग
वाट माजी नही पाय माजे नही
चालणं माजं नही
चालवतं कोण्ह ?
वस्त्र माजं नही कातडी माजी नही
रक्त हाडं काही नही माजं
मग कोण्हाचं ?

अम्मानं दोष देला आज्जीला, तिला
जल्माला घाटलं म्हणून
मीई दोष दिला अम्माला, तरी मरेस्तोवर नही
आता मी जल्माला घालणार नही पोर
तेई मला दोषच देईल म्हणून
नुकोत आरोप पुन्हा आरोप पुन्हा आरोप
कशाला जल्माला घालावे आरोपी
आईला गुन्हेगार म्हणतेले

राहावं वांझ त्यापरीस

चालावं कदलीवनाकडं
अक्क महादेवीनं मळवली वाट कदलीवनाची
**

४४.

वाघ आला तर चिरकतेत माकडं
नाग आला तर वरडतेत पाखरं
सावध करतेत की हित्तं धोका अहे बायी
जावू नही पुढं मागं हालू नही इकडं तिकडं
पण पुर्षे आली तर सावध कोण्ह करतेलं ?
माणूसच आसतेलं माणसाचं खरं सावज
ह्ये कोण्ह जाणतं सांगतेलं ?

चालताना नजरभेट झाली तव्हा येकटीनं जाणली
माझी भूक
परसात नेलं पत्रावळीवर जेवायला देलं
केली विचारपूस टिपले नेत्र
मग म्हणतेली आवचित की तुला आंघोळ घालू का ?
डोई उकलून तेल घातलं
कडकडीत पाण्याची धार धरली मस्तकावरती
पाठ घासून देली दगडानं
चोरानं सगळं गाठोडं पळवलंतं माजं, ते आयकून
साडी देली धडकी
आणि पानगे बांधून देले वरतून पूडचटणी घालून
म्हणलीती, जा बायी तुझ्या वाटेनं
निघून जा सूर्ये अहे संगट तितक्या येळेत

परतू लागतंत कामावर गेलेली पुर्षं मागारी
हितला धोखा सुरू व्हतो संध्याकाळी

निघाले भरल्या पोटानं, भरल्या मनानं
तिचं नाव नही म्हाईती गाव नही म्हाईती
आता तिचं तोंडई नही आठवत नेत्रांना
अन्न आठवतेलं पाणी आठवतेलं वसन आठवतेलं
स्पर्श आठवून सुस्कारा सोडते
धोख्याचं भय सुद्धा आठवतेलं तिच्या नेत्रातलं

चांगली व्हती येकटी
अकारण चांगली वागलीती.

⏩

४५.

वेळूच्या कपचीनं कापावी नाळ
आणि ओढ्यात धरून धुवावं आंग
निपटावं रगात निपटावं पाणी
हातानंच पुसावं निपटून निपटून
मी बगत राह्यले वाटेत थांबून
बाळंत झालेल्या बाईकडं नवलानं

वाटतेलं की माणसाची कातडी काई
कापडाहून येगळी नसती
किती झाकती आतल्या गोष्टी

भीमाक्का म्हणतेली, करून बग ह्ये काम
जमलं तर राह्य हित्तंच!

ती मागावर साडी विणताना मी बगते
धागे उभे आडवे रंगारंगाचे
त्यात नक्षीची फुलं कुयऱ्या पोपट
भीमाक्का सांगतेली, आधी तर आवघड व्हतं किती
पायाशी खड्डा खड्ड्यात पाय
खटकफटक धोटे खटकफटक
सैल झालं तर टोचतेली मालकाची नजर
दोन मह्यने लागत येका साडीला

वाटतेलं की
आपलं कातडं विणायला किती कष्ट
किती येळ गर्भपिशवीत गेला आसंल अम्माच्या
आतल्या आत आंधारात
इतकं घट्ट कातडं अहे माजं...

▸▸

४६.

नेत्र प्रकाश जाले
सूर्येचंद्राचा बोजा वाहू कशाला?
जीभव्हट शब्द जाले
उच्चाराचे कष्ट घिवू कशाला?

सारी स्थळं येक जाली
आली पावलाखाली
विश्व फिरू कशाला?

ताहानेचे जाले जल
भुकेचे जाले अन्न

जागनीज येक जाली
जल्ममरण मिसळून सुटले

आता उरले रंगीत धागे
उभेआडवे विणतेले
राघू मैना मोर चकोर
कमळ कळ्या चांदण्या

प्रिथ्वीची चोळी नवू तुकड्याची
नवू खंड विणीते मी
⏩

४७.

किती गावं हिंडून टाकली किती भाषा बोलले
काय अन्न खाल्लं कुठलं पाणी पिलं
किती पुर्षांच्या नेत्रांनी सोलली माजी कातडी
किती स्पर्शांनी डागला देह
दोन दिवाळ्या जाल्या दोन वर्षं सरतेली

दोन घंटेपण कधी आज्जीनं हलू दिली नव्हती नेत्रांसमुरून
धाव्वीच्या परीक्षेयेळी गणिताचे सर
येयाचे ट्यूशन घेयाला घरी
तित्का येळ आज्जी थित्तंच बसतेली दोघांजवळ
नेत्रांत तेल घालून सदा जागी माज्यापायी
आज्जीच्या नेत्रांच्या कवड्या झाल्या आसतील दोन वर्षांत
मेली आसंल तर तिचं लाकूड कोण्ही जाळलं आसंल?
आली आसंल का सावित्री, आला आसेल का महेश?
आज्जीला मिळाला आसेल का स्वर्ग?

म्हाईती नही...

भीमाक्का म्हणतेली की, याच प्रिथ्वीवर स्वर्ग
याच प्रिथ्वीवर नरक!
मरणानंतर राहतेली निस्ती राख थोडी हाडं
आत्मागीत्मा नसते काई आणि प्रेम हृदयात नही
मस्तकातल्या मेंदूत राहते.

आज्जी खोटी? आणि भीमाक्का खरी?
कळत नही आजूनही काही

कळंल हळूहळू... आयुष्य पडलं कळायला,
म्हणतेली भीमाक्का हासून

⏩

४८.

दोन्ही हातांत ढाली घिऊन किती युगं कितीजणी
घरात दारात आंगणात रस्त्यावरती
देवुळात धर्मशाळेत अरण्यात सगळीकडं
मग किती वर्षं दोन्ही हातांत तलवारी कितीजणीच्या
शेतात ऑफिसात दुकानात बाजारात
खुर्चीत बिछान्यात सगळीकडं

थोड्याजणींच्याच आसते
येका हाती ढाल येका हाती तलवार
बचाव करता करता लढतंत त्या सदा न कदा

मी बगते माझ्या तळहातीच्या रेघा

खोल सुकून जातेल्या
वाळूच्या उपशाने सुकतेल्या येकेक नद्या
मी या हातांमध्ये कधी हत्यारं न्हवती धरली
आपला देहच आपलं हत्यार म्हणतेली आज्जी
पण देहई मोडून गंजून सडून कुजून जातंत
हे माज्या ध्यानातच नही आलं तरुणपणात

पाह्यलाच नही कधी नीट आज्जीचा देह
आणि अम्माचा देहपण तसल्या नजरेनं
पाह्यला आसता तर कळालं आसतं तव्हाच सगळं
आता कळून काय नाकळून काय

कधी मोकळे व्हतील कितीजणीचे दोन्ही हात
कधी मोकळा व्हईल माजा देह हत्यार बनण्यापासनं
हत्यार बाजूला ठिवून कधी राह्यता येईल
निस्तं शांततेनं

▸▸

४९.

भीमाक्काची शेजारीण रेमव्वेनं इच्चारलं,
गावी नही का जावं वाटतेलं परत ?
येत नही का कधी आठवण तुला ?
की राखोळी केलीय आठवणींची ?
मी बोलतेली नही काही
मी चालतेली पाय वढत वढत तिच्या घरातनं
आज चालवत नही मला

गाव आपलं नव्हतं घर सुद्धा बक्षिसीत मिळालंतं

आज्जी आपली होती ती आपलीच राह्यणार
जीत्ती आसली तरी आणि मरून गेली तरी
अम्माला खोटं वाटतेलं समाधान
मरणयेळी आपली माणसं भवती आसल्याचं
ती म्हणतेली, ज्याचं जंजाळ त्येलाच आसतं
ज्यांनी जल्म जाळला, त्येंचं तोंड मरताना
कामून बगावं वाटंल ?
आपली वेदना नही घिवू शकत कोण्ही
आपलं मरण तर नहीच नही
मग मरावं आपलं आपण गुपाचुपीनं येकटं...

अम्मा मेली तव्हा वाटलंतं, तिची हाडं आंगणात मांडावी
काडावी तिच्या राखंची रांगोळी
आणि द्यावं गावभराच्या पुर्षांना आवतन
पण गाव गालिच्याखाली दडलेला आणि पुजारी रांगोळीखालती
आसल्या भ्येकडांच्या गावात जाऊन करावं काय ?
कुठपस्तोर दडणार ह्ये... कपाळ दिसणार उगडंच आणि नेत्र नागडे !

आज्जी म्हणतेली, आठवू नही भांडणात बोललं क्काय
आणि दुष्काळात खाल्लं क्काय ? घिऊ नही इकत जळतेलं घर !

कुठून आलतो कुठं जाणार सगळ्यांचा पत्ता सेम आसतो
आधी आभाळाखालती मग जमिनीखालती

▸▸

५०.

रेमव्वे म्हणतेली की स्वत:ला फेडलं
तरच करता येतलं प्रेम दुसऱ्यावरती

आधी कळली पाह्यजे जागा
आधी कळलं पाह्यजे स्वत:ला कुठं ठिवून
विसरून जायाचं त्ये
आसं प्रेम येखांद्यालाच जमतेलं!

मला कधीच करायची न्हवती भक्ती
आणि आता प्रेमाचंई तसंच...
मला कधीच करायचं नही प्रेम
बक्कळ जालं अहे तित्कं दु:ख.

⏩

५१.

येकटा म्हणतेला वस्त्र खेचत
तुज्यात राह्यलंय काय? कसला तुला अभिमान?
काई शिल्लक अहे तुज्यात माज करण्यासारकं?

मी बगीतला निरखून येकट्याला नखापासून शेंडीपरेंत
आयकून सोडला त्याचा येकेक शब्द नीट्ट
मग इच्चारलं,
किती शृंखलांनी बांधलेला रे तू? किती तुजे प्रश्न?
तर खवळला रागानं

म्हणतेले मी ही तुजी येक शृंखला
रागानं करकचून बांधला तुला
साहा रिपुंच्या साहा शृंखला
आलंकार सातवी, वस्त्रं आठवी, कातडी नववी शृंखला
कातडीतून सुटला की व्हशील मुक्त सगळ्या छिद्रांमधून
मग हासू शकशील माज्यासारका शांत

माजी वस्त्रं खेचून उतरवली कल्पनेत
तशी येकदा उतरव माजी कातडी खेचून
मी तर विशृंखला अहे नागवी मुक्त

येकट्याची बोटं आखडून वाकडी होतेली
नेत्र विझतेले म्हाताऱ्या मोरपिसासारके
त्राण वाहून जातेलं देहातलं
शब्दाला स्थान देईना जीभ
येकट्यानं पाठ फिरविली भयानं
मूळ सामर्थ्य देखून
जातेला खुरडत सरपटत वघळ व्हवून सांडपाण्याचा
उठला कायमचा पुरुषपणातून

भीमाक्कानं पाह्यलं नवऱ्याचं वागणं खिडकीतनं
आयीकले माजे बोल उदास व्हवून
भीमाक्का म्हणतेली, जा बायी इथनं
घरातच आसं जालं, आता ह्ये छप्पर तुजं नही
तुजं नही ह्ये पोचमपल्ली
ही धरित्री तुजी नही, जा बायी इथनं.

⏩

५२.

रीती व्हती अम्माची गर्भाची पिशवी
थितं मी आलते धावून पळून
मावायची नही इत्की वाढले तव्हा
पडलेते बाह्येर प्रिथ्वीवर

रीती व्हती प्रिथ्वीवरती थोडकी जागा

थितं मी आलते रडत हासत
मावायची नही इत्की वाढले तव्हा
जातले बाह्येर ब्रह्मांडात

⏩

५३.

शिकणं आर्ध्यात सुटलंतं
कामधंदा शिकला नही नेटानं
मजुरी केली कधी नोकऱ्या केल्यात्या थोडक्या
हरेक जागी धरसोड धरसोड
मांडता आला नही संसार
सादा सारभात रांधता आला नही
नही जमली भक्ती प्रेमही जमलं नही...
मी सांगत राह्यले खाली मान घालून
आयकत व्हत्या संस्थेतल्या भुंड्या हातांच्या
केस बारीक कातरलेल्या चष्मेवाल्या सुनंदामॅडम
पुनर्वसन करतेले म्हणे ही लोकं
हित्तंच राह्यचं, खायचं, काम शिकायचं

पोलिसांनी धाड घातलेती त्या लॉजसमुरच्या
फुटपाथवरती निजले व्हते राती सोलापुरात परत
तोंड रंगविलेल्या बाकीच्या, मी येकटी रंग उडालेली
पकडल्या सर्व्या टाकल्या गजाआड नेलं कोर्टासमुर
मग हवाली क्येलं संस्थेच्या

सुनंदामॅडम म्हणतेल्या हासून, तुला जमतेला हा
येकच नन्नाचाच पाढा
किती करा, सुधरत नही तुम्ही बाया!

मग नन्नाचाच पाढा म्हणतेली मीही हासून रडून
पुन्हा कोल्हापुरात ट्रेनिंगला
जमला नही मला कॉम्प्युटर
जमलं नही हार्डवेअरचं जाळं मोकळं करून
पास व्हवून बाह्येर पडणं
वच्यात नकाराचे बाभळीकाटे गोळा करून
जसं नदी पोटात घिते पापं आणि वाहाते हिकडून तिकडं
मीसुद्धा वाहात राह्यले फक्त

➤

५४.

वाटलंत की आज्जी मेली आसंल आता
आणि सदाशिवप्पानं दुसरं लग्नं केलं आसंल
सुगरणीचा नर हरसाल विणतेला नवी घरटी
घर बघून नर पसंद करतेली मादी, तसंच ह्ये
पण मनाला वाटतं त्याला प्रत्यक्षात घडायाची अट नसतीय
ते उगंमुगीचे मनचे खेळ राह्यतात निस्ते

आवचित भेटल्यात्या लतामॅडम कोल्हापुरात
ह्ये त्यांचंच गाव म्हणतेल्या
भाचीच्या लग्नासाठी हुंड्यासाठी कर्ज काडून
आल्यात्या भकास रित्या नेत्रांनी
केसांत कापूस झालता आदीच
त्यात वझ्यावरती वझं
त्यांच्याकडनं आयीकली सर्वी कर्मकथा
जीव घट्ट आवळून

तू पळून गेलती त्या राती वेदिका

गावनवरी / ६२

घर जाळलंतं तुमचं कचरा जाळावा तित्कं सहज
आगधग जाणून तुला वाचवायला हंबरत धावून आलता
सदाशिवप्पा घुसला घरात मुसंडी मारून
ना तू गावली ना तुजी आज्जी
ढोरासारका वरडत व्हता चार मह्यने पाच दिवस
देहाचा फोड घीवून
नाजूक जाळीनं जतनानं झाकून ठिवलाता कावेरीअम्मानं

नजर जळली व्हती कान जळले व्हते जीभ नही
तुझंच नाव नांदत राह्यलं जिभेवरती मरेपस्तोर
हेगडेचा वंश खंडला
कावेरीअम्मानं दत्तक घिटला भाच्याला
त्यानंच आग दिली बग
सदाशिवप्पाच्या उरल्यासुरल्या कोळशाला

फोटोत जावून बसला वेदिका तुजा सदाशिवप्पा
जगाकडे बगत हासतो नेहमी

⏩

५५.

देवुळाच्या पायरीवर उन्हं तापलीती
तरी काहाणी व्हतीच वाहात अखंड
मी थिजलीती लतामॅडमचे बोल आयकून

आज्जी लपली व्हती नदीकडल्या आंबराईत
रात्रीतून धुंडाळली तिला बॅटऱ्यांनी उजेड फाकवून
म्हतारीच्या आंगावर चिंधी नही ठिवली
पाचोळ्याचायबी चुरा केला मुडद्यायनी झुंडीनं

तशीच भटकती येडी बडबडती
नदीशी पाखरांशी फुलांशी बोलती
कोण्हालाई जाळायला नेलं नदीकाठाला
की शिव्या देती... प्रेतालापण शिव्याशाप निस्ते...

दगडं मारतंत पोरंटोरं हासतंत तिची लोंबती सुकली थानं बगून
बगवत नही बायी बगवत नही हालत
साडी नेसवून देलती मी येकडाव तर सोडून टाकलीती लगीच
किती गाठी मारल्यात्या आणि वाहवून देलती नदीत
कधी दिसतेली कधी नही
मी जाते रोज सकाळी दहीभात घिवून

वेदिका, तुला रक्ताची चटक लागली म्हणतंत गावची लोकं
सांगतंत काहाण्या
पैलवानांची मनगटं चावून खाते म्हणतंत
म्हणतंत रक्त पितेली नरडी नखलून ल्येकरांची
म्हणतंत येकट्या दिसल्या पुर्षांची लिंगं छाटून
गळ्यात वाळक्या लिंगांची माळ घालून फिरतेली तू
चिंचेच्या पानांवरतून लाहानमोठी व्हतेस आकारानं
तू हडळ झाली म्हणतंत मेल्यावरती

फक्त पुजाऱ्याचा मादण्णा जाणतेला तुजं रहस्य
त्यानंच सांगलंतं मला
सख्खा नही बायी तो तुजा, पण भावूपणाला जागला!
त्यालाई आईबाप नही राह्यले आता
वर्षाआत लग्न सारलं... तोच पुजारी आता...

आयकत राह्यले मी
लतामॅडम मस्तकावरती हात ठिवून निगून गेल्या तरी

आयकत राह्यले
रोज आयकू येतली हीच काहाणी घुमत घुमत
नेत्रांत तव्हाई पाणी नही आलं
आताई यीत नही

तीळ सोडले पाताळगंगेत सदाशिवप्पाच्या नावानं
वाटलं वस्त्र सुटलं आज्जीसारकंच
काईच नही आता कातडीवर

▸▸

५६.

कदलीवनात जावून कोण्ही
नही व्हत अक्क महादेवी
जाणतेली मी
मस्तकात संसार भरून परिक्रमा करतेली लोकं
पोहोचत नहीत कुठंच हे पण जाणतेली

तरी पावलांना दिशाच न्हवती तर वाटतेलं
जावं श्रीपर्वतावरती, जावं कदलीवनात
न्हावं पाताळगंगेत तीळ सोडून
तर निगाले

उघड्या जखमांची घीण यावी तशी माणसांची घीण आलती
माणसं जखमाच अहेत प्रिथ्वीच्या
असंई वाटलंतं
माणसायचा आवाज नुको वास नुको स्पर्श नुको
चव नुको माणसायची कडूखारटतिखट
नजरेलाई पडू नही कोण्ही दोन पायांचं

अशा जागी जावं जिथं वाटंल की
नहीचये अस्तित्वात ही जमात या प्रिथ्वीवरती

वचनांची पुस्तकं घिटली... अक्क महादेवी,
बसवेश्वर, नीलम्मा... संगटीला
येक डाळतांदूळमीठआगपेटीची पोटली बांधली
येक साडी नेसूची येक पांघरायची
नावाड्याला दिले उरलेसुरले पैसे, येक ठिवला नही शिल्लक
नदी वलांडून पावूल ठिवलं डोंगराच्या मुळाशी
अन्नपाणीही संपलं की मिटंल दरिद्रता
म्हणत वलांडला येकेक डोंगर

अक्क महादेवीच्या गुहेत
मी भेटले मला येकांतात

⏩

५७.

भ्रष्ट आसते भाषा, शुद्ध फक्त गणित
चिन्हं आसतंत स्वच्छ मोकळी
पाताळगंगेच्या पायऱ्यांवरती सोडवीत राह्यले कुटं
जमवीत राह्यले ताळे

शुद्ध काय अहे? हवा शुद्ध नही पाणी शुद्ध नही
शुद्ध नहीत माणसांची मनं या प्रिथ्वीवरती
प्रिथ्वी तर चिखलाचीच बनलीती
वराहानं सुळ्यावर उचलून आणलीती पाण्यातनं
नभ शुद्ध निळं नही काळ्याजांभळ्या मेघांनी झाकोळतं
कमळं शुद्ध नसतंत

भुंगे रात्रभर कुरतडतंत नाजूक पाकळ्या
सगळीकडं मातीधूळ सगळीकडं राख
सगळीकडं जीवजंतू भरलेले नेत्रांना न दिसतेले

ल्हानपणी मादण्णाकडं भिंग व्हतं येक
त्यातनं पाह्यलं तर नक्षीदार सुंदर दिसतेले किडे
तसंच सुंदर आसतंय आशुद्ध आसणं

⏩

५८.

अंगावरची कापडं राजाकडं फेकून
नागवी भाईर पल्डी ऐश्वर्यातून
तव्हा काय वाटलं आसंल अक्क महादेवीला ?
मायबापाकडं व्हती त्या आंगणातली फुलं आठवत आसतील का ?
फुलं वेचायची ती परडी आठवत आसेल का ?
वाचलीती ती पुस्तकं आणि ज्या माहात्म्यांशी केल्यात्या चर्चा
ते आठवलं आसेल का ?
ज्या मायबापाला त्रास व्हवूने म्हणून केलंतं राजासंगट लग्न
त्या मायबापांचे नेत्र आठवत आसतील काय ?
उन्हातान्हात जळले नेत्र, तापले मस्तक, करापलीती कातडी
वस्त्रं फेकली तरी केसांनी अंगं झाकली म्हणतंत दुबळी लोकं
अक्क महादेवीला ते केसं टाकावे वाटले नसतील काय ?

पुर्षे देश सोडतंत गाव सोडतंत भाषा सोडतंत
प्रांत सोडतंत घर सोडतंत बायकापोरं सोडतंत
कातडी सोडत नहीत
कातडी नही फेडली म्हणून त्यांला
गरज भासती राख फासायची, भगव्या कफनीची

शेणातले किडे, शेणात जल्मतेत शेणात मरतेत
तिथल्या तिथं तुरुतुरु तुरुतुरु
कदलीवनात राह्यले तीन वर्षं आरण्यात
तवा उलगडा जाला थोडका

⏩

५९.

सापाविंचवाचं भय नही
वाघासिंहाचं भय नही
पुर्षांचं भय नही, पापी आत्म्यांचं भय नही
या आंधारानं निर्भय केलं अहे मला
या गुहेत

अन्नाची भूक नही, देहाची भूक नही
पाण्याची तहान नही, प्रेमाची तहान नही
कष्टवेला देह शांतवलं मन
या वनात

सर्वे लाड देहाचे, मनाकडं दुर्लक्ष
आणि मनावरच आरोप की त्ये
भरकटतेलं बेसव्यासारखं उंडारत
बगीतलं नही कधी आपले विचार कसे अहेत
बगीतलं नही काई दुखतंखुपतेलं का मतांचं
नही बगीतलं कधी भावनांची अपंगता
नही बगीतलं की कामून येतल्या अंदाधुंद प्रतिक्रिया

आता देहाची पर्वा पुरे
प्रतिबिंब दिसावं डोहात तसं दिसतेलं मन

हितं गुहेतल्या येकांतात
त्याला पोसावं आता ल्येकरासारकं ध्यानानं

⏩

६०.

येका वहीत भजनं आणि वचनं लिहिलीती
दुज्या वहीत कविता
दोन्ही वह्या त्या घरातच राह्यल्या, जळून गेल्या
वाटतेलं की देव राह्यला नही, प्रियकर राह्यला नही

आता जाणलं मी
भजनं हरवल्यानं देव नष्ट व्हत नही
भक्तीच्या चिरफाळ्या उडीवतं फक्त ज्ञान
नष्ट व्हण्यासाठी देव नसतोच कुठं मुदलात

तसंच नष्ट नही व्हत प्रेमाची इच्छा
कवितेची वही हरवल्यानं
कविता सुचतच राह्यतात मनाला, लिहिल्या नही तरी

येकेक कळतेलं लख्ख
मग जुळतेले ताळे जगण्यामरण्याचे

राख फासून महादेव सांगतो की
शिल्लक व्हायतंच काई ना काई
कोण्हीच पुरतं नष्ट व्हत नही
माजं भय सरलं मरणाचं
माजं भय सरलं जगण्याचं

⏩

६१.

छताची जळमटं काडायची गरज नही राह्यली
आभाळाला कसली जळमटं लागतंत ?
कोण्हचा कोळी काढणार सुतं तिथं ?
कानाकोपऱ्यातला कचरा कसा झाडावा ?
झाडला तरीबी कुठं लोटावा ?
सगळी प्रिथ्वीच जर अहे माजं घर

सागर रोज लोटतो मीठ क्षितिजाच्या किनाऱ्यावरती
तहान वाढते मिठानं आणि दूर गेलेले येतंत परतून
तसा येका टोकानं येतला सूर्ये दुज्या टोकानं चंद्र

घर इतकं मोठं झालं की लाहान होतंत माणसं
किड्यामुंग्यांची ताहान इतके लाहान

▸▸

६२.

सुख लाभतेलं तव्हा देहात ताजं व्हतं लाल मांस
नाचतेलं रक्त सुखानं उसळ्या घीवू घीवू
उदे ग अंबे उदे गर्जत गिरक्या घेतंलं अंगांग

दु:ख येतलं तव्हा पार पिळून निपटून
देहाचा कोळ व्हतो
थिजतेलं रक्तमांस थिजतेली काळयेळ

आणि मग येका दिशी सुख नसतं दु:ख नसतं
अशी तऱ्हा होतेली तव्हा

आस्तित्वच नही जाणवत देहाचं मनाला
मनाला ऱ्हात नही आठवण गेल्या काळाची
येत्या काळाची चिंता जाळत नही मनाला

आता मी थांबले की वृक्ष व्हते
चालताना झरा
देवाला वलांडून गेलं की
कळतेला ईश्वर
चराचर व्हतं येकसमान

माणूस झाड प्राणी पक्षी किडे मासे समान
धूळ माती राख अन्न हवा पाणी समान
पाहाड नदी समुद्र जंगल गाव शहर समान

अशानं जनात राह्यलं काय
वनात राह्यलं काय
सेमच वाटतेलं सगळं

जल्मापासूनचं दु:खाचं स्वप्न नष्ट झालं कदलीवनात
येतली जाग नेत्रांना
डोंगर उतरून आले पुन्हा
जशी पाखरं वलांडतात देश हवेसाठी
पाताळगंगेच्या पायऱ्या बनल्या निवारा

आता या जगात जे जे मिळंल
ते स्वीकारंल मी विचारानं
ज्ञानमार्ग खरा, ह्ये सांगितलं कदलीवनानं.

▸▸ ▸▸

तीन

इंद्रियनिग्रहाने निर्माण होतील दोष
सतावतील पंचेंद्रिये
दांपत्यजीवन अनुभवलं नाही का श्रीयाळ चंदलेने?
रतिसुख भोगलं नाही का सिंधु बल्लाळने?
तुमचा स्वीकार करून
परधन, परनारीची कामना करण्यापेक्षा
तुमच्या चरणांहून खूप दूर राहीन
कूडलसंगमदेव!

– बसवेश्वर

६३.

नागचाफ्याची फुलं निरखत बसलेते मी
चवथ्या पायरीवर पाताळगंगेच्या
न्हावून झाल्यावर केस सुकवीत
रोज चढत-उतरत व्हते आठशे बावन्न पायऱ्या

खोल वाहतेली काळी कृष्णा
मोठाल्या सुंदर टोपल्यांत बसून जातेली माणसं
नदी वलांडून
कदलीवनात परिक्रमेला निगतेली
परत आली टोपली येणाऱ्या माणसांना घिवून
त्यांच्यातनं उतरतेले येक
कुमारस्वामी
थांबलेते चमकून मला बगून
म्हणतेले, कोण्ह बायी तू ?
जातानाई हितंच दिसलीती येतानाही तू हितंच
परिक्रमा झाली का ?
आणि प्रसादाचा डोणा देलता हातात

मला दिसलेते आधी त्यांचे स्वच्छ, नितळ पाय
आनवाणी
कोण्हचातरी नवस फेडत आसणार हा माणूस

मी म्हणतेली हासून, मी देवाला टाकलं तरी देवाची नवरीच
आणि प्रिथ्वीवरची सगळी पुर्षं माजे नवरे
तुमच्यासगट

जातच नही ह्ये आजून माज्या मनातनं
खंजीर अहेच मनात कायम
जीभलीवर कडू शब्द राह्यतेले
किती संत वाचून वाचून जाले इत्की वर्षं तरी

निगून जातले ते काही न बोलता
पुन्हा येतले संध्याकाळी तव्हा
मी कृष्णेशी बोलत व्हते मनातल्या गोष्टी
काळ्या लांब सावल्या सर्वीकडं
वर चवथीची कोर नाजूक
काहीच विचारलं नही कोण्हीच कोण्हाला
संगट बसलेते पायरीवर कितीयेळ
मग म्हणतेले अचानक, चाल माझ्यासंगट...
सगळं मागं टाकून चाल!

कात उतरवली तव्हा आत काही न्हवतं
आता मातीमळ उतरवून काही गवसंल काय?

▸▸

६४.

गंगेत किती गंगा अहेत
समुद्रात किती समुद्र
आभाळात किती आभाळं
मेघांत किती मेघ?

वनात किती वनं अहेत
वाटेत किती वाटा
गुहेत किती गुहा
शब्दात किती शब्द

काई नही अल्लग
सगळं येकच वाटतेलं
मिटावेत नेत्र
तुटावं मूळ दु:खाचं
▸▸

६५.

जिथं उंच पाहाड खचून कोसळतेले
थंडगार रात्रीला वाळूच्या टेकड्या वाऱ्यानं
इकडून तिकडं जाऊन पडतेल्या
जिथं नद्या मार्ग बदलून गावं गिळून
वाहतेल्या आपल्या मर्जीनं
तिथं जस्साच्या तस्सा कसा ऱ्हाईल माजा देह ?
मी मला पत्करलंय जशी अहे तशी
तुम्हाला जमतंय का बगा कुमारस्वामी !
– मी टोमणे मारतेली
पिकलेत्या पिवळ्याधमक निंबोळ्यासारके कडुझार
मी डिवचतेली कात टाकतेल्या ओल्या आंगाच्या नागाला
बाभळीची काडी टोचावी हासत हासत तसं
तरी सहन करतेला पुरुष मी देखला न्हवता
आधी कधी आसला

वितळल्या सूर्याचा सोनेरी रस

त्यांच्या कातडीत भरला व्हता
तापून चमचमत व्हतं पाताळगंगेतून
दुपारी न्हाऊन आल्यावर त्यांचं आंग
तरी शांत निवळ व्हते नेत्र
देवुळातल्या कुंडासारके

⏩

६६.

मी लाजायची नही बुजायची नही
पाह्यजे ते पाह्यजे सांगून सोडंन
नही ते नही अहे ते अहेच म्हणन
काळीपोतवालीची अपेक्षा माझ्याकडनं करू नका
कुमारस्वामी
काळ्याच काय, कोण्हच्यापण पोतीचा काच
माझ्या गळ्याला नुको अहे आता मला
कातडीचं कवतूक नही राह्यलं मला
सोन्यानाण्याचं कवतूक नही राह्यलं

लाडाकोडानं कधी घिटली आमसुली पोचमपल्ली साडी
तरी माग स्मरतेलं मला आणि स्मरतेलं
मानपाठनेत्रांचं ठणठण दुखणं
गुणालावण्याचं कवतूक नही राह्यलं मला
सुंदर म्हणतेले लबाडलुच्चे वाटतेले हुच्च
मी न्हवते कधीच कोण्हा येकाची
आत्ता नही व्हवू शकत जशी कधीच न्हवते
सवय नही सतीत्वाची, गरजपण नही

खूप लोकं चालत तुडवत जातंत त्येवडी प्रिथ्वी

मळवाट व्हते
तसली वरतून मवू दिसतेली मी
दिसण्यावर जावू नही स्वामी

आज ठिवाल ल्येवाल उद्याला टाकाल
नहीतर हाकलून लावतील भुईमुगात घुसतेल्या
रानडुकरावानी तुमच्या गोतातली लोकं
नहीतर मीच जातेली पळून तुमच्या श्वासानं घुसमटतेली
कोण्हावरतीच भरवसा नही स्वामी
लोकायवर नही तुमच्यावर नही
न जुळतेल्या हाडांसारकी
पर्मनंट मोडून जातंत माजी नाती
मरत नहीत, टिकतात, दुखतात सारकी ठणका मारत
नुको आता येकई नातं या प्रिथ्वीशी
धर्माशी देवाशी माणसायशी

तुम्ही आयकायलाता ना कुमारस्वामी ?
चालतंबोलतं प्रेत कोण्ही घरी नही घिऊन जात स्वामी
आयकायलाता ना ?
चालतंबोलतं प्रेम ? – आसं कसं
म्हणता वो...

⏩

६७.

वाहत्या नदीचं पाणी
शुद्ध आसतंय स्वामी
पापं धुणारी मळकीच आसतीय
गोरी गंगा आसो की काळी यमुना

लग्नाच्या डबक्यात नदी मावत नही स्वामी
नदीत आसतेत खोल डोह
डबऱ्याचं माहात्म्य डोहाला सांगू नही कधी
हसं व्हतंय सांगणाऱ्याचं
आयका माझं कान दिवून
निस्तं देहाचा नेत्र करून बघू नही येकटकीनं

मी जल्माला घाटलं नृत्य
मी जल्माला घाटलं गाणं
मी जल्माला घाटली कविता
मी सोसतेली कळ आणि मिळवतेली सुख

जल्माला घाटलं ते पोसावं लागतेलं
साफसुथरं ठिवावं लागतेलं
जतनानं वाढवावं लागतेलं
ल्येकरू जल्माला घाटलं की तेवडं आसतं बायीपण
नृत्य गाणं कविता जल्माला घाटली की नही ?
मला कधीच नुको व्हती ल्येकरंबाळं
कोण्हतंच जिवंत खेळणं नुको व्हतं मला कधीच

▸▸

६८.

बदल तर व्हतेतच
चांगलं कर्म करतेलं तरी वांगलं कर्म करतेलं तरी
मी असली बायी नही, तसली बायी अहे
कसली बायी अहे, इला बायी का म्हणावं ?

मला म्हाईती अहे की मी दगडाची बायी

वाळूची रेतीची मातीची चिखलाची रेणुकेसारकी बायी
सोपं नही मला माणूस समजणं
नही झेपतेलं तुम्हाला कुमारस्वामी...
कितींदा सांगितलंतं समजावलंतं
बोलतेले येकटीच कितींदा त्येच त्येच त्येच

स्वामी म्हणतेले,
सरस्वतीची काहाणी म्हाईती अहे काय?
ब्रह्मदेवाच्या मुखातनं जल्मलीती
ती स्वच्छ शुद्ध धवलवसना वाणी
बापालाच वासना झालीती तिची, धावतेला
तिच्यामागं अंतराळात आणि भ्रष्ट केली विद्येला
जिभेच्या टोकावरती तिचं घरबार
ती बलात्कार सोसतेली बाटलेली
तरी लाथाडून जाते बघ, पतीचे पाय चेपतेल्या लक्ष्मीला
ती व्यसनी ती व्यभिचारी ती घरघुशी घरमोडी
ती शब्द ती ध्वनी
उतणारी मातणारी
किती काहाण्या तिच्या

काहाण्यांचं खरंखोटं कोण्ही करावं?
कोण्ही सांगावी या प्रिथ्वीवरची नीतिअनिती
कोण्ह अहेत ज्ञानी हितं
देव? दानव? यक्षगंधर्व? मानव? नाग? निषाद?
कोण्ही जल्माला घाटला परमेश्वर?
मी जाणतो ते इतकंच
शब्द नही तर विश्वाला आकार नही
रंग नही तर दृष्टीला अर्थ नही
स्वर नही तर संबंध जड

नृत्य नही तर श्वासाला लय नही
तू नही तर मी रिकामा हृदयातून
शक्तीबिगर शिव
निस्ता शव उरतेला
वेदिका, चाल माझ्यासंगट!

▸▸

६९.

खोटं बोलणार नही
तुला बगून अम्माची आठवण झाली, म्हणणार नही
तू तूच अहेस आणि तुजी जागा तुजीच अहे खास...
म्हणतेले कुमारस्वामी

पायऱ्या चढून आम्ही आलतो वरती माणसांच्या गर्दीत
दुकानातनं कापडं घेतली थोडी चप्पल घिटली नवी
त्यांची तुटलीती माज्याकडं न्हवतीच

म्हणतेले, माजी अम्मा नोकरी करायची, आपल्याच
पगारातले पैसे थोडे चोरून ठिवायची
लोणच्याच्या बरण्यांमागं येका स्टीलच्या डब्यात
येकदा खूप दिवसांनी उगडला डबा
तर नोटा वाळवीनं खाल्ल्यात्या, निस्ता भुगा शिल्लक थोडका
तोंड दाबून गप रडली बिनआवाजाचं
किती वर्षे झाली, तरी हाती नोट घिटली की
आठीवतो तो भुगाच!

कोऱ्या चपला घालून चालत फिरलोतो बाजार

▸▸

७०.

आसाच मुसळधार व्हता पावूस
प्रिथ्वीला तुडवीतेला बडवीतेला संतापगर्जत दिनरात
अम्मा राहात व्हती तिच्या अक्काच्या आसऱ्याला
आईबाप मेले अपघातात
अचानक अन्न संपलं तिच्या ताटातलं
सतरा वर्षांची अक्का भिवून राह्यची नवऱ्याला
त्यात पाच वर्षांची बहीण पदरात
येका रात्री जेवताना सार अळणी म्हणून
खरकट्या हातानं मारलं त्यानं
हुबं केलं दाराबाह्येर दोघींना आंगणात
आसल्याच पावसात घनघोर
आतून कडी घालून गुडूप निजतेला आस्वल्या
विजा आंधार आणि बडीवणारा पावूस
कायमची भीती बसली तिच्या मनात
घट्ट गंजका स्क्रू तुटतेला, पण निगत नही अढी
तशी भीती अम्माच्या मनाला सारकी

नवऱ्यानं घराबाह्येर काढू नही म्हणून
निमूट मार खायची अम्मासुद्दा
येके दिवशी मी पकडला बापाचा हात वरचेवर
पुन्हा बोट जरी लावलं मुडदा पाडीन म्हणतेलो
बापाचा वैरी बनलो आईचा बाप व्हण्यासाठी
सुरक्षित जपलो तिला मरेतोवर

बायी कोण्हीई आसो नात्याची बिननात्याची
येऊ नही तिच्यावरती आशी मुसळबडवी येळ
काळानं कुटू नही तिला आक्राळविक्राळ व्हवून

म्हणून धडपडलोतो
त्यांचे आश्रू वाहतंत माज्या नेत्रांतनं
तरी दया नही कणव नही उपकार नही माज्या मनात
आपल्याच समाधानासाठी अहे सगळं
तूई मला पाह्यजे अहेस... माज्यात दाटलेलं प्रेम
तुला देण्यासाठी

⏩

७१.

तुला विचारायचं अहे का काई ?
विचारलंत कुमारस्वामींनी, जसं विचारावं झाडाला
या मातीत रुजणार का ?
मी नही म्हटलं मानेनंच उदास
मी मिटवल्यात्या सगळ्या शंकाकुशंका
मिटवलाता अविश्वास
जमिनीवर हुबं राह्यचं तर प्रिथ्वीवर विश्वास पाह्यजे
पोहून पार जायचं तर पाण्यावर विश्वास पाह्यजे
प्रेम करायचं तर स्वत:वर विश्वास पाह्यजे
प्रपंच मांडायचा तर येकमेकांवर विश्वास पाह्यजे

इत्कं घडलंमोडलंत आयुष्यात
आता आजून नवं काय व्हतेलं ?
पाताळगंगेच्या पायऱ्या काय आणि
कुमारस्वामींचं घर काय... सेमच !
येकाच प्रिथ्वीवरती अहेय आपली दुनिया

आता प्रश्न नही उत्तर नही

⏩

७२.

तुडुंब भरलीती पाताळगंगा पाण्यानं
तसं उधाण आलतं स्वामींना प्रेमाचं
माझ्या पुरात उडी घेणं न्हवतं सोपं
माझ्या देहात पव्हणं न्हवतं सोपं
मरणाला मिठी घालावी तसंच त्ये

माझा कोळसा येका अंगानं वला
दुसऱ्या अंगानं सणसण निखारा
तिसऱ्या अंगानं राख पांढरीकरडी
मी नही सोपी
तरी केलं प्रेम त्यांनी आभाळ फाटलेलं आसताना
कल्ल्यागलक्यातनं खेचून आणलं संगीत

माझ्या देहावरनं गळून पडले
आजपस्तोरचे सगळ्या पुर्षांचे स्पर्श
झाले निवळशंक
असंख्य खपल्यांसारके स्मरणातनं
उघडे पडतेले व्रण आता काही दिवस
मग व्हईल कातडी येका रंगाची पुन्हा
⏩

७३.

माझ्याआत शिल्लक नही कुठलंच रहस्य
माझ्याआत शिल्लक नही कुठलंच गुपित
जितकी माण्सं जगण्यात आली, गेली
ती वळखीची अहेत सर्व्यांच्याच

कोण्हाकोण्हाला दिसतंत ती आरशातसुद्धा
जे प्रकाशाला ठावं नसतं ते
ठाऊक आसतं आंधाराला

⏩

७४.

गुलालाच्या गोण्या फुटल्यात्या आभाळात
आणि आंगणभर फुलंच फुलं सफेद मोगऱ्याची
गुलबासाची, अनंताची, चाफ्याची
त्यायेळंला पोचलोतो घरी डोंगर उतरून इस्टेटीवरती

किती चढउतार हित्तं
तरी त्यानंच तर सुंदर वाटतेलं मलेनाड
अनपेक्षितं समुर घिवून येतंत
सपाट नसतेली सर्वी स्थळं
हारवून जावं धुक्याच्या दरीत पाखरू व्हवून
आणि उगवावं धुक्यातनंच सूर्य व्हवून

घराच्या दाराला कुलुप येकटेपणाचं
घर रिकामं सर्प सोडून जातेल्या कातेसारखं
कुमारस्वामींनी
घरात आंधार घुसायच्या आधीच दिवे लावले
आंघोळी सारल्या

तांदूळ धुवून घिटले तीनदा
धुवट मोगऱ्याला घाटलं
मी बगत राह्यले निस्ती रोवळीत भिजतेल्या
बारीक लांब शुभ्र कळ्या

आधणाची आग कृष्णकमळाची
शिजवलं सारभात, भाजले उडदाचे पापड
संगटीला बाळकैरीचं जुनं लोणचं
आसली चव जगण्याला आधी कधीच आली न्हवती

उकळू लागलंत माजं रक्त
कातडीआत शिजू लागलंतं मांस मंदमंद आचेनं
सारभात खातानाच मनातनं
मी मला वाढलं त्यांच्या ताटात

⏩

७५.

कोण्ही माणूस न्हवतं थितं
येकमेकांचे नेत्र निस्ते येकमेकांना डसतेले
जवळून दुरून
पिवळ्याधम्मक पातळ सालीची लिंबं
लदबदलीती झाडांना फांद्या वाकवून
पानांत जांभुळमिट्ट आंधार
तीव्र मधुर-कडसर गंध
बांधावर
पुढे तर वेलदोडा पिकलेला व्हता दूरपस्तोर
आणि कॉफी इथंपण

मधमाशांच्या पेट्या व्हत्या सात
निस्ती गुणगुण त्यांची
डंख पाळतेत का कधी कोण्ही मधासाठी?
मला म्हाईतीच न्हवतं की मधमाशा पाळतंत
तर सुटले हासत

स्वामी म्हणतेले
डंखासंगटच जीव जातोय बायी माशीचा
कारणाबिगर करत नही कोण्ही आत्मघात
तिला नही दुखावलं नही घाबरवलं
नही रागावून सोडलं उगाचच
तर ती नही जात काटा उपसून
राहाते कष्टानं मध जमवत आपल्या पोळ्यात

माझ्या अम्माकडं व्हती येक पोळ्याच्या मेणाची डबी
तिच्या अम्माची आठवण त्येवडीच येकटी
भिवयांच्या जरासक वरती मधोमध
मेणाचा मोठा ठिपका नीट लावून कपाळावरती
लावायची लालभडक कुंकू
सूर्य उगवतेला तिच्या बोटांतून
रात्रीही नही मावळायचा
स्वामींनी दाखवलीती मधाच्या बुधल्यांची रांग
येकटा बुधला उघडून
बोटभर सोनेरी मध टेकवलाता जिभेवरती
ते बोट दाबून ठिवलंतं मी व्हटांत किती येळ
जिभेवरती सूर्य

▸▸

७६.

जुनं आयुष्य इतकं फाटकं
की देऊ नही बोहारणीला सुद्धा
यखांद्या तवलीताटलीच्या बदल्यात

जुनं आयुष्य इतकं फाटकं

की ठिवू नही त्याचं पायपुसणं करून
मोरीसमोर

जुनं आयुष्य फक्त जाळावं
आपल्याच आंगणात ठेचून मारलेल्या
काळ्या कवड्या सापासारकं
आणि त्याची राखुंडी
कडूनिंबाच्या झाडाबुडी घालून टाकावी
➤➤

७७.

प्रेमात पाप करावं वाटतेलं
दगा द्यावा, गळा दाबावा, जीव घ्यावा
प्रेमात रक्त पिवावं वाटतेलं
प्राजक्ताच्या देठाच्या रंगाचं कुंकू लावून
पिकलेल्या जांभळासारकी इरकल नेसून
सोनामुखी बांगड्या घालून लाल ठिपक्याच्या
बसलेते हातात शब्दांचा खंजीर धरून

म्हणतेले, मी येवढं प्रेम करीन येवढं प्रेम
की मरण्यासाठी तुम्हाला राह्यची नही गरज
कसल्या विषाची गळफासाची आगीची
आपघाताची नहीतर आजाराची

कुमारस्वामी हासले निसते आयकून
अविचारात येखांदा चांगला विचार यावा मनात
तसे आलते खोलीचं दार लोटून
विषात रक्त मिसळावं तसा त्यांच्या केसांचा रंग

माझे तांदूळमण्यांसारके दात मी रोवले
त्यांच्या खांद्यावर चंद्र उमटेपस्तोर

नदी धबधबा बनून कोसळतेली तर कुरूप नही दिसत
व्हते येगळी सुंदर
मी व्हावून टाकलीती माती त्या रात्रीला
फोडून टाकले पाषाण प्रेमात

⏩

७८.

मी वारुळासारकी फुटलेते
फुटलेते कणकण मोकळी व्हवून
माझ्यातल्या मुंग्या पंख फुटून
उडून गेल्या दाही दिशांना
माझ्यातला नाग निपचित
कात टाकून पडतेला हळव्या देहानं

⏩

७९.

लपवण्यासारकं काई न्हवतंच कुठं
बिया लपतंत फळात, गर लपतो बीमध्ये
पिकेपस्तोर फक्त
कवचाची गरज कोण्हालाई
कच्चं आसेपस्तोरच आसते
येकदा पिकलं की कशाला पाह्यजेत भिंती ?

कशाला पाह्यजे घर ?

कशाला पाह्यजे लग्न? कशाला पाह्यजे संसार?
तपेलीपातेली आंथरुणंपांघरुणं
खुर्च्याटेबलं वह्यापुस्तकं
धान्याच्या गोण्या मधाचे बुधले
पाणी आणि इंधन कशाला पाह्यजे?
पुन्हा का घुसून लपावं बिळात?
माळ उतरवून मंगळसूत्र घातलं तरी
गळ्याला काच राह्यतेलाच

आता जमवावी वाटत नहीत भांडीकुंडी
साठवावं वाटत नही धान्यधुन्य कणग्या भरभरून
भरजरी साड्यायनी भरलेली संदूक बगून
व्हत नही मनाला रेशमी सुख आधीसारकं
सोन्यानं लकलकत नहीत नेत्र
पैसा मुठीत घट्ट धरून ठिवावा आसं वाटत नही

स्वामी म्हणतेले जाणून
गुंतलो तर संसार, नही गुंतलो तर काहीच नही
वस्तू आपल्यासाठी, आपण वस्तूंचे नही
देहाचं अवजार राखलं तर कर्म सोपं व्हतं
मनाचं अवजार राखलं तर देह सोपा व्हतो
उन्ह आपलं तसंच छतई आपलं
हितं कुत्र्याच्या गळ्यात पट्टा नही
बैलाच्या नाकात वेसण नही
सर्वे मोकळे पाळलेले मधमाशांसारके
कोण्हालाच कोण्हाचं वझं नही

दारातनं आतई यीता यीतं
बाह्येरई जाता यीतं

स्वतंत्र अहेत सर्वेच मुक्त आतूनबाह्येरून
तूही अहेस बायी स्वतंत्र येरझारांसाठी

मी आयकत व्हते शांत
उंबरठ्यावर बसून

▸▸

८०.

बायी कशाला पाह्यजे देवुळ ?
नही का पुरे देह ?
श्वास घेता येतला नाकानं, नेत्रांनी बगता येतलं
स्पर्श कळतेला कातडीला
जिभंला चव लागतेली
कान आयीकतो हाका... वेदिका... वेदिका...
मग देवुळात जाता आलं काय नही काय
कशाला पर्वा करतेली ? बदल तुजे इंटरेस्ट !
– म्हणतेले कुमारस्वामी

मी इच्चारलं स्वामींना
तुम्हाला कोण्ही कधी रोखलंतं का कशासाठी
केलीती का मनाई अपवित्र म्हणून ?
म्हणलं का बायी हा तुजा नवरा
पण त्याच्या घरात तू नही जायचं नही राह्यचं
त्याचं दर्शन दाराबाह्येरून, गाभाऱ्याचा न् तुजा
कायी संबंध नही !

स्वामी, गाभाऱ्यातूनच बाह्येर येतला हरयेक जीव
येक गाभारा घिवूनच जल्मतंत बाया

तरी आमचा गाभाऱ्याशी संबंध नही ?
देव सांगतेला का की तू यीवू नुको बायी
माझ्या देवळात ?

मला देवात इंटरेस्ट नही देवुळात इंटरेस्ट नही
भक्तीत नही भजनात नही
पण मला मर्यादेत राहायचं नही स्वामी
कोण्हच्याच सीमा, कोण्हच्याच रेषा
कोण्हचीच बंधनं, कोण्हचीच रोकटोक
मान्य नही मला
म्हणून जायचं अहे येकदा त्या खोल आंधारात
⏩

८१.

आनुभव मोठा ऱ्हातो
पुस्तकापेक्षा
जर देव अहे पानांफुलांत
दगडधोंडामातीरेतीत
जित्याजागत्या हरयेक जीवात देव अहे
तर आसंल तो
अंधळा मुका बह्यरा लंगडा पांगळा लुळा येडा

जर तो आसता धाकट
तर त्याचं प्रतीक म्हणून
खंजीर, तलवारी चालल्या आसत्या का त्याला ?
त्यानं केली आसती का सहन
इतकी नकली लग्नं ?
लग्नाच्या बायकोला म्हणून देलं आसतं का दासी ?

आसा कसा हा देव
करतेला कबूल मुकाट की त्याच्या
बायकोला भोगतोय अख्खा गाव
म्हणतेला छिनाल बेसवी ?

देवाची आई बेशुद झाली आसंल कळांनी
तिचा सातव्या म्हयन्यातला हा आपुरा गर्भगोळा
मखरात निवून बसवला आसंल बडव्यांनी
पूर्ण वाढलेला आसता देव
तर आसं आर्धवट वागला नस्ता नेत्र झाकून
गाभाऱ्याच्या आंधारात गप्प पडून
राह्यला नसता

सत्य इतकंच अहे
कोण्हा आजारी माणसाच्या भीतीतून जल्मलाय देव
कोण्हा आयीबायीच्या पोटातून नही
➤

८२.

यज्ञात उडी घिटली सतीनं
यज्ञ मोडला
तिचं मुख सूर्यासारकं झळझळत व्हतं
दोन्ही हातांवर उचलून घिटलं शंकरानं सतीचं लाकूड
केलं तांडव
तिच्या ढलप्या छाटल्या विष्णूनं
सुदर्शनचक्र फेकून

शंकरानं प्रेम केलं तिच्या कोळशावरती

गावनवरी / ९४

प्रेम केलं तिच्या निखाऱ्यावरती
तिच्या राखेवरती
शंकरानं प्रेम केलं सतीच्या नसण्यावरती
तिच्या आसण्याइतकंच प्रेम केलं
राखला तिचा मान

सतीच्या येकेका जळक्या तुकड्यातई
शिल्लकच राह्यली शक्ती
शक्ती कदी जळत आसती का ?
– म्हणतेले कुमारस्वामी
शक्ती आसती प्रत्येक बायीत
शक्ती अहेय तुज्यात
तूच अहेस शक्ती खरंतर
तू संगट अहेस म्हणून शक्ती अहेय माज्यात
तुझ्याबिगर मी अशक्त, दुबळा !

मी बोललेती,
स्वामी, मला येकायेकी बगावे वाटतेले
ते शक्तीचे तुटून पडलेते ते अवयव
तुटूनही शक्ती आसतेले ते तुकडे
बगावे वाटतंत मला
पण आजपस्तोर मी कदीच गेले नही
कोण्ह्या देवुळाच्या आत ताठ मानेनं
येकदा गेलेते ती चोरून विरुपाक्ष मंदिरात
आता जावं वाटतंय ते भक्तीसाठी नही तर
कुतूहलापोटी जावं वाटतंय
गेले तर खात्री नही परत येईल की नही

तू मुक्त शक्ती अहेस बायी

तुला कोण्ही नही अडवतेलं
पाहून ये समदी शक्तिपीठं
भक्तीची अट नसते ज्ञानाला
उत्तरले कुमारस्वामी
मला मार्ग दाखवीत

▸▸

८३.

कुमारस्वामी म्हणतेले,
घरातनं जा नही म्हणू शकत तुला
पण राहा सुद्धा म्हणायचा नही मी
ज्यानं बरं वाटंल तुझ्या मनाला ते कर

मी अहे तुजं वडाचं झाड कधीच न मरणारं
थकलीस उडून दमलीस चालून दमलीस
की ये परतून
आणि विसावा जाला की जा पाह्यजे तिकडं
काय दिवू तुला जाताना ?

मी मागितलं तव्हा त्यायचं नाव
आईबाप नही, बंधू नही, पती नही तरीसुद्धा
माज्या नावाच्या शेजारी आणून बसवलं
माज्या आवडतेल्या माणसाचं नाव
निगताना पाया नही पडले
निगताना मिठी नही मारली
निगताना म्हणतले नही की परतून येते
निगताना निगाले फक्त

▸▸

८४.

येक स्तन चंद्र तिचा येक स्तन सूर्य
पाजते प्रकाश रात्रंदिन लेकराबाळांना

पाजते शक्ती करते पोषण
येकेक जीव वाढवते उजाळवून

आतूनबाह्येरून जोजावते बायी
तिचा गर्भाशय पाळणा योनी पाळणा

हातांचा पाळणा करते मांडीचा पाळणा
नेत्रांनी पाळते शब्दाने पाळते

देते रक्त देते मांस देते दूध
देते घासातला घास

तरी माते सोड माजा पांगुळगाडा
चालू दे माजे मला वेडेकुडे
►► ►►

गावनवरी / ९७

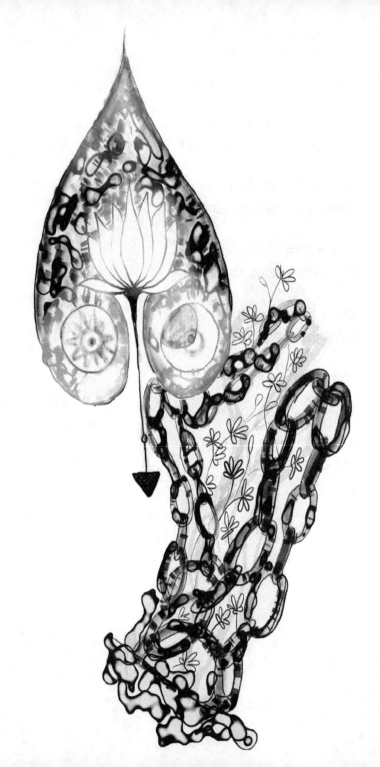

चार

पूर्ण चंद्र पाहून सागराला येते भरती,
चंद्रकला विरताना ओहोटी येते;
चंद्राच्या मार्गात राहू येतो तेव्हा मात्र
सागराला वाटते का कणभर चिंता ?
सागर प्राशून घेतोय अगत्स्य ऋषी
हे पाहून तळमळतो का चंद्र ?
कुणी कुणाचं साथी नसतं संकटकाळी
विश्वबंधु तुम्हीच आहात, माझे प्रभु,
कूडलसंगमदेव !

– बसवेश्वर

८५.

तुज्यापासून सुरुवात केली भ्रमराम्बे
तुज्याच आंगणात भेटलंतं खरं नातं म्हणून
पह्यल्यांदा पावूल ठेवतले कोण्ह्या देवुळाच्या गाभाऱ्यात
तुज्या घरात येयाचं तर कशाला कोण्हाची परवानगी ?

अरुणासुराला वरदान व्हतं
की दोन पायाचं कोण्ही चार पायाचं कोण्ही
नही मारू शकणार त्याला या प्रिथ्वीवरती
आणि शक्ती प्रगट झालती
साहा पायांच्या हाजारो मधमाश्या बनून !
येकाचं आसं अनेक व्हता येतं बायी ?
आशी बदलता येतंत आपली रूपं बायी ?

काय असती शक्ती शोधतेली मी
आले तुज्या आंगणात, दारात आले तुज्या, घरात आले
भ्रमराम्बे केवढे तट तुज्याभवती
नंदीला वलांडलं वीरसिरोमंडपात आले
मल्लिकार्जुनाला वलांडलं मग तुज्यासमुर आले
रक्तकुंडाजवळ बसून राह्यले
की किती बळी देलते तुला कोण्ही कोण्ही

पुन्हा आले तुज्यासमोर भ्रमराम्बे
माझा डंख मला परत दे !

⏩

८६.

मी दगडाची नही
मी पितळंची नही
सोन्याचांदीबी नही
म्हणून बोलतेले तुला
गाभाऱ्यात नऊ म्हईन्यांहून जास्ती
ऱ्हावू नही देवीनंसुद्धा
येका कोल्हासूराला मारलं म्हणजे
सगळे दैत्य संपले का बायी ?

कोंडून घाटली गाभाऱ्यात
बनवली असूर्यपश्या
वर्षातनं दोनदा सूर्याच्या किरणांची
तरतूद तुज्यासाठी
कोंडून घाटली जरतारी लुगड्यात
कोंडून घाटली दागिन्यांत हळदीकुंकवात
तू शिवाची की विष्णूची करतले वाद
सांग की तू तुझीच अहीस
कोल्हापूरवासिनी
बोल दगडाचे ओठ उलगून
दाखव दैत्याशी लढताना झालेल्या जखमा

मग तुज्या पालखीसमोर नाचतेल्या बायांना
घागरी फुंकतेल्या बायांना
तुला आंगात घिवून घुमणाऱ्या बायांना
कळंल आयुष्याचा अर्थ
कळंल जगण्याचं ध्येय
त्यांच्याकडं निसती बगू नको दुरून

गावनवरी / १०२

सांग देवी, तुझं चरित्र काय ?
तुझं चारित्र्य काय ?
तू माझ्याशी बोलत नहीस तवर
तुजीमाजी वळख नही.

▸▸

८७.

भवानी रडू लागल्याची अफवा पसरलीती
त्याचं हासू येतलं मला किती

रात्रभर पुर्षांनी दाराबाह्येर दिवे जाळलेते
घरातल्या आंधाराचं काय ?
मनातल्या आंधाराचं काय ?
देहातल्या आंधाराचं काय ?
येकट्या पुर्षाकडे उत्तर मागतेली देवी
तर आरत्या वरडायच्या टाळ कुटायच्या नादात
तिचा आवाज कोण्ही आयीकलाच नही

तिचे नेत्र रक्तथेंबांची माणकं जडवलेले
मला दिसतेले कवड्यांसारके घट्ट सफेद
नाकात नथीचा मोती लोंबता
श्वासाला आडचण
कपाळावरची हाळदकुंकू उतरलं नेत्रांत
तरी चुरचुरत नहीत कधी तिचे नेत्र
येकशेआठ झऱ्यांचं कल्लोळतीर्थ तिच्या दारात
ती का रडंल ?
रडलीच तर आंधारकुंडातलं अमृत वाफ व्हवून उडंल

▸▸

८८.

दोन पाय चालतंत येका वाटेवरती
दोन ओठं गुणगुण गातंत येक गाणं
दोनी नेत्रांना दिसतेलं येकच स्वप्न
ह्ये जितकं खरं आहेय माते विंध्येश्वरी
तितकंच खरं आहेय
की येक आसतो मेंदू येक आसतं काळीज
येक आसतं हृदय...

जिथं तिथं द्वैत नको
हे तुजी येकटीची मूर्ती बगून समजेलं मला
वज्रधारिणी शोकनाशिनी
तुजं येकटं मस्तक निस्तं बगत राह्यले मी
केसराचा टिळा लावलाता

पाहाडातून पायऱ्या चडले
खाली उतरणाऱ्या नदीसंगट बोललेते थांबून
शक्तीला शिवाची गरज नही प्रत्येक स्थळी
शक्ती आसू शकतेली स्वतंत्र या प्रिथ्वीवरती
⏩

८९.

जिभेची पूजा करतेत आसं कोणी सांगतेलं
तर विश्वास नसता बसलाता कधी माज्या मनाचा
जीभ जळून राख नही जाली, बनतेली ज्वाला
हे सुद्धा खरं नसतं वाटलं मनाला
सतीची जीभ आणि जिभेची ज्वाला

सोन्यामोत्याची लोह्यातांब्याची छत्रं
जाळून टाकलीती ज्वालामातेनं
फेकून देलतं विझवायला वतलंतं ते पाणी
कुंडात दिसतेलं त्ये खळखळ उकळी घेतेलं
हात लावलाता तर गारथंड निस्तं
जणू येतंलं झऱ्याच्या मुखातूनी

जिभेला मोकळं पाह्यजे आसतं आकाश
शब्दासाठी
ती जळतेली किती शतकं झाली तरी तशीच
कधी निळी कधी केशरी
कविताच आहेय ती निसर्गाची

मी केली नही पूजा
वाह्यली नहीत फुलं
चडवले नहीत भोग
नेत्रांत भरून घिटल्या ज्वाला
आग आता मस्तकात उरली नही
आग आता पोटात उरली नही
आग शीतल झाली नेत्रांत
वाट दाखवतेली मशाल

⏩

९०.

आश्रूच्या आकाराच्या सरोवरातून
मी हंसाच्या निळ्या होडीतनं जातेले
शांत अहे आज नैनीझील
नेत्र कोसळलाता अंतराळातून तव्हा

केवढा उष्णगरम आसेल हा आश्रू
आपमानानं रागानं भरलेला

नैनादेवी, बंद सोनेरी नेत्रांनी
तू काय शोधत आसशील आत बगत
बापाची हाडतूड आणि नवऱ्याचा आहंकार
यांच्यात कैचीत सापडून शिणली व्हती का बायी ?
आता भवती इत्के पाहाड उंच
दरीत इत्कं धुकं भरतेलं
गारवा लाभला का बायी तुला थोडका ?
पिंपळ सळसळतो तुज्या आंगणात
काहाण्या सांगतो हजार हिरव्या जिभल्यांनी
तू आईकते का बायी कोणाची तकरार ?
⏩

९१.

ती मीच अहे
देवी युगाद्या अपर्णा
हीई मीच कलिका म्हणा की दाक्षायणी
मी भैरवी गुह्येश्वरी गण्डकी
सावित्री कपालिनी जयंती

मी आमुक आमुक
मी तमुक तमुक
मी आपल्यातली त्यांच्यातली
मी असली बायी मी तसली बायी
मी कसलीकसलीई बायी
मी औषधाचा थेंब विखाची वडी

मी हात्याराची तळपती धार
मी शब्दात ठासून भरतेला आंगार

तुटलेलं नख मी
डोक्यात घाटलेली राख मी
या जातीची त्या धर्माची
पवित्र चवचाल
कुरूप देखणी

सगळं जाळून शिल्लक राहातेली
कापराची वडी निर्मळ
तितकी मी गोरी
तितकी मी आपराधी
हाती धरायला जाणाऱ्याच्या
तळव्याला भोक पडतेलं
रेषा मिटून जातेल्या
भूतकाळ भविष्यकाळ काही कळणार नही

ती मीच अहे
हीई मीच
सर्वानंदकरी भ्रामरी उग्रतारा

⏩

१२.

दीपवाळीत पोहोचलेते निर्भरा
कल्याणसागर कुंडाजवळ
खाऊ घातलं आधी माशांना, कासवांना
देवुळही दिसतेलं कासवाच्या पाठीसारकं

हित्तंच पाह्यलं श्रीयंत्र
विश्वाला बांधून ठिवण्याची शक्ती आसतेलं
मग पाह्यलं त्रिपुरसुंदरीला

सतीचं पावूल हित्तं कोसळलंतं
अंगठा कुठं, बोटं कुठं, पावूल कुठं
किती तुकडे बायी तुज्या येकेका अवयवाचे ?
त्रिपुरसुंदरीनं ऱ्हावू नही दिलं विष्णूला या देवुळात
धन्यमाणिक राजाच्या स्वप्नात जावून
कडाडलीती काळ्या विजेसारकी
– ह्ये तर माझं स्थान !
तिच्या अठरा भुजा अस्त्रं ल्यालेल्या दिव्य

आपलं स्थान आसं बळकावून दिवू नही कोण्हाला
भले तो देव आसो का राजा आसो
आपल्याला पक्की पाह्यजे म्हाईती आपली जागा
आपलं आसन आपली अस्त्रं पाह्यजेत आपल्या हाती
– सांगतेली पूर्ण हुबी काळी कुळकुळीत देवी
लालजर्द व्हटांनी सांगतेली सुंदर ठाम रंगाची

तिच्या देहात मी भरल्यात्या माझ्या
सर्व्या भल्याबुऱ्या रात्री
रात्रींतलं सारं विष विरघळलंतं तिच्या पावलांत
मग आलते बाह्येर चालत आलगद देवुळातनं

पेटवलेते दिवे येकशे येक
सोडलेते कल्याणसागर कुंडात वाहवत
आणि मेळ्याच्या गर्दीत घुसलेते हासतनाचत

»

१३.

ज्ञानाची शक्ती सरस्वती
कृतीची शक्ती काली
संपत्तीची लक्ष्मी
तीन रूपं आसतेल्या महाशक्ती पार्वतीची
तिच्या संगतीनं फिरतंत सर्वे सूर्य
सर्वे रुद्र, वसू, देव
तिची स्तुती करतंत चराचरातले जीव

नीलाचल पर्वत चढताना मला
आठवतंत आरत्या
मातेचा उदे उदे घोष आठीवतेला

नीलाचल पर्वतावरती
दगडाची योनी
देवी कुंकवाचं रक्त वाहवतेली
या दारातनं जल्मली दुनिया
जल्मलं ज्ञान कृती संपत्ती
मी भारावून बगतेली
अर्थ उलगडे व्हतंत मनातनं
मिटतेल्या येकेक शंकाकुशंका

दगडाच्या योनीला कळतो का स्पर्श बायी ?
तुज्या रक्ताचा टिळा भाळावर लावतेले भक्त
जाणतंत का अर्थ
बायीच्या रक्तात भिजतेल्या वेदनेचा ?
कळत आसंल त्यांना तर
माजीई तयारी अहे दगड बनण्याची

निर्विकार निर्जीव
काहीई जल्माला घालायचं नही आता मला या दुनियेत

▸▸

१४.

काहीई जल्माला घालायचं नही म्हणताना
माज्यातून जल्माला येत व्हतं येक नृत्य
मोकळ्या आभाळाखाली
थिरथिरी पावलांत
स्मरू लागल्या मुद्रा आज्जीनं शिकीवल्यात्या
लाहानपणी न्हवतं नाचायचं मला
रडून गोंधळ घाटला व्हता आणि आता
हात जुळून कमळं फुलतेली आपोआप
बोटांच्या नाजूक पाकळ्या कुंकवानं माखल्यात्या

देवी कामाख्या,
मी नाचतेली तुज्या देवुळाच्या आंगणात
मला आयकू येतला डमरू
ब्रह्मपुत्रातल्या द्वीपावरतून उमानंदाचा
लवथवतेला येकेक कण
हाकारे येकमेकांला

पायरीवरती बसून राह्यलेती कितीयेळ घामानं वली
मग न्हावून नेसलीती
चंदन अंगाची कुंकवाच्या काठाची साडी
कोऱ्या काठांवर कलशांची नक्षी सुंदर
मध्यरात्रीला करतेली फोन
कुमारस्वामी, या निगून इकडं माज्यापाशी

बाकीची शक्तिस्थळं बगू संगतीनं

या तुम्ही
प्रसन्न अहे हा कामाख्येचा गिरी
स्वच्छ मोकळं अहे इथलं आभाळ

मग चांदण्यांचा कल्लोळ उतरीला
निर्मळ उजेड गुणगुणतेला देहावरती
दवात भिजतेली
पिकलेल्या जांभळासारक्या आभाळाखाली
⏩

९५.

मी दर्शनाला आले नही माते
दर्शन द्यायला नही दर्शन घ्यायला नही
तू मुंगीयेवढी की
आभाळ व्यापून राह्यतेली
याचं मला नही कुतूहल

कोणा येकानं भयाच्या क्षणाला
जल्माला घातलेली कल्पना तू
आजून कोण्ही कोण्ही
किती पिढ्या वाढवून पोसलेली
रक्ताचं लाल भय
मरणाचं काळं भय
जगण्याचा पिवळा उत्साह
म्हणजे कुंकू आबीर भंडारा
भक्त मिरवतंत कपाळावरती

तुज्या सावलीत गोळा करतंत धाडस

तुजं हत्यार माज्या हाती
तुज्या व्हटांवरती माजा उदो उदो
माज्या वस्त्राला तुजा काठ
तुजा शेंदूर खरवडला की माजंच तोंड
माज्या पायांनी तुजं चालणं
माज्या नेत्रांत तुजा अंगार
माज्या योनीजागी तुजी कमळं
तुज्या वारुळात कण माज्या कातडीचे

माज्या निद्रेत तुजं स्वप्न हिरव्या प्रिथ्वीचं
काळ्या मातीत खोल जातेल्या मुळांचं
फुलांनी फळांनी वाकतेल्या फांद्यांचं
स्वच्छ पाण्याच्या खळखळ वाहतेल्या नद्यांचं
काठांवरच्या गावांचं गावातल्या भरल्या घरांचं
घरातल्या कष्टाळू हातांचं
व्हटांवरती येतल्या मनातल्या गाण्यांचं
शंभर पिढ्या जिवंत राह्यतेल्या काहाण्यांचं
माज्या निद्रेत तुजं स्वप्न

आभाळाच्या द्वारी सूर्याच्या उंबरी
परशुराम कुंडात आंघोळी सारल्या
वस्त्रदान केलं भणभण वाऱ्यात वल्या देहानं
लोहीत नदीत कुऱ्हाडीचा पर्वत
बगत राह्यले किती येळ
इथंच धुतलं व्हतं रेणुकेचं रक्त
नदी झालेती लाल लाल भडक
इथंच मातृवधाच्या पापातून मुक्त व्हतेला लेक

खांद्यावरचं शस्त्र ठेवू शकतेला खाली
हिंसा शमल्या नदीच्या जळात
शांतवन जालं मनाचं

प्रश्नांचा धाक मिटला माते
साठा उत्तराची काहाणी सुफळ संपूर्ण
पाचा उत्तरी
आभाळाच्या द्वारी सूर्याच्या उंबरी

▸▸

देवदासींचं वास्तव

कविता महाजन

भारतीय स्त्रियांचा इतिहास नोंदवताना दलित, आदिवासी, भटक्या-विमुक्त, ओबीसी, देवदासी, वेश्या इत्यादी स्त्रियांची दखल घेण्याची गरज अभ्यासकांना गेल्या दोनेक दशकांत वाटतेय तशी त्याआधी दीर्घकाळ वाटली नाही; कारण एकतर त्यासाठी अनेक गुंतागुंतीच्या, उलटसुलट मुद्द्यांचा विचार, त्यांतील खाचाखोचा लक्षात घेऊन करावा लागला असता; दुसरं म्हणजे सोपेपणाने सहज निष्कर्ष काढता आले नसते. हिंदू धर्माव्यतिरिक्त इतर धर्मांच्या, पंथांच्या स्त्रियांनाही इतिहासातून असंच बाहेर ठेवलं गेलं. विविध जातीजमातींचे (उदा. भटक्या-विमुक्त) इतिहास पाहिले (जे थोडेबहुत लिहिले जाणं सुरू झालं आहे), तर स्त्रियांच्या जीवनाचे जुजबी उल्लेख फक्त सापडतात. विवाहादी विधी, धार्मिक कर्मकांडं आणि त्यांचे कपडे – दागिने या पलीकडे त्यांच्याविषयी फारसं काही लिहिलं गेलेलं आढळत नाही. त्यांची कामं, कला, कौशल्यं, गुणवत्ता इत्यादी गोष्टी दुर्लक्षणीय ठरवून दुय्यम / कमी दर्जाच्याच मानल्या गेल्या. भारतीय स्त्रियांचा इतिहास व्यवस्थित लिहायचा झाल्यास आठवणी, लोकसाहित्य, पुराकथा व मिथकांमधील उल्लेख, लेखी साहित्यातील तुरळक नोंदी पाहून लिहावा लागेल; आणि त्यासाठी प्रथम स्त्रियांकडे पाहण्याचा दृष्टिकोण बदलावा लागेल. स्त्रियांचे प्रश्न, त्यांचं निम्न / खालचं स्थान, त्यांचा मागासपणा, त्यांचं अशिक्षित (लिहितावाचता येण्यासंदर्भात फक्त) असणं आणि त्यांच्यात सुधारणा व्हावी, त्या प्रगत व विकसित व्हाव्यात म्हणून केले गेलेले प्रयत्न, त्या प्रयत्नांचं यशअपयश – या क्रमाने हा इतिहास पाहिला जातो. उच्च जातीच्या स्त्रियांची चौकट बाजूला ठेवून पाहिलं की हा क्रमच मुळात चुकीचा आहे, हे ध्यानात येतं.

पुरुषप्रधान संस्कृतीही देशात सर्वत्र सारखी नाही. प्रांत, संस्कृती, धर्म, जात, व्यवसाय, भाषा अशा विभागांमधून तीही विभिन्न बनलेली आहे. परिणामी भारतीय स्त्रीजीवनाकडेही या विभागांमधून पाहावं लागेल; तेही अपुऱ्या साधनांनिशी आणि काही जागी कल्पनांचा आधार घेऊन. सर्व भारतीय स्त्रियांचा इतिहास एकच असू शकत नाही; ते अनेक इतिहास आहेत. खेरीज सर्व स्त्रिया फक्त पितृसत्तेचा बळी नक्कीच नाहीत; काही विशिष्ट जातींच्या स्त्रिया या दुसऱ्या विशिष्ट जातींच्या स्त्रियांच्याही बळी आहेत; त्यांना पितृमत्तेचा बळी असं म्हणता येईल.

धर्माचं, रूढींचं, कर्मकांडांचं रक्षण व पुढच्या पिढ्यांकडे हस्तांतरण हे सतत काही ना काही कारणाने घराबाहेर असणाऱ्या पुरुषांना करणं अवघड होतं; ते एके जागी स्थिर असलेल्या स्त्रियांच्या अखत्यारीत आलं. अर्थात पितरांना मोक्ष मिळवून देण्यासारखी काही महत्त्वाची मानलेली कर्मकांडं पुरुषांच्याच ताब्यात राहिली आणि सुफलीकरण, बहुप्रसवन प्रकारांतली कर्मकांडं ही स्त्रियांच्या अधिकारकक्षेतली होती, तीही तशीच राहिली; किंबहुना वाढत गेली. पिढ्यान्‌पिढ्या करत राहिल्यानं ही कर्मकांडं, व्रतवैकल्यं वगैरे त्यांची सवय बनली. ती सवय मोडण्यासाठी स्त्रियांचं केवळ रूढ शिक्षण, अर्थार्जन, नोकरी-व्यवसायानिमित्त घराबाहेर पडणं या गोष्टी अजूनही पुरेशा ठरलेल्या नाहीत. मग ज्या स्त्रिया अद्यापही रूढ शिक्षणापासून वंचित आहेत आणि परिणामी त्यांना अर्थार्जनाचे आधुनिक पर्याय लाभलेले नाहीत, त्या तर या कर्मकांडांच्या व रुढीपरंपरांच्या विळख्यात जबरदस्त अडकलेल्या असणं हे अपरिहार्यच ठरतं... मग त्या लग्न, संसार, चूल, मूल या चौकटीत अडकलेल्या नसल्या तरीही त्यांच्या वाट्याला 'वेगळी' कर्मकांडं आणि रुढीपरंपरा आलेल्या असतातच.

पुरुषाचं स्त्रीवर नियंत्रण हे 'शक्ती' वरील नियंत्रण होतं. घरात व समाजात दोन्ही ठिकाणी ते वेगवेगळ्या पद्धतींनी साधलं गेलं. घरातल्या स्त्रियांना 'आदर्श स्त्री'च्या कल्पनेतून कर्मकांडांमध्ये अडकवून ठेवण्यात आलं. पातिव्रत्याच्या कल्पना विकसित करण्यात आल्या. तिची शक्ती 'विनाशा'कडे वळू नये, 'सृजना'तच सामावली जावी, यासाठी तिचं शिक्षण बंद करणं, विवाहाचं वय कमी करत नेणं, पडदापद्धती अशी अनेक बंधनं निर्माण झाली. वस्त्रालंकार आणि चूलमूल याच केवळ तिच्या सुखासमाधानाच्या गोष्टी आहेत, ही चौकट निश्चित केली गेली आणि त्याबाहेरची सुखं शोधणारी स्त्री विघातक मानली जाऊ लागली. कुटुंबाच्या चौकटीबाहेरच्या स्त्रियांवर – म्हणजे संन्यासिनी, देवदासी, नर्तकी, वेश्या यांच्यावर 'समाजोन्नती'ची जबाबदारी आली.

कौटुंबिक चौकटीबाहेरच्या या स्त्रियाही निराळ्या पद्धतीने पितृसत्तेचा आणि पितृमत्तेचा बळी ठरलेल्या दिसतात. घरातली पितृसत्ता व पितृमत्ता आणि समाजातली पितृसत्ता व पितृमत्ता याही पुन्हा समान नसतात. ज्या स्त्रियांना घरात / जातीत घटस्फोट, पुनर्विवाह, विधवा विवाह इत्यादी गोष्टींचे निर्णय स्वतंत्रपणे घेता येतात; त्यांना समाजातील बाकी जातींचे पुरुष व स्त्रिया याच कारणांमुळे तुच्छ / कमी लेखू शकतात. लैंगिकतेबाबत संयम, एकपतिव्रता असणं या गोष्टी उच्च जातींमध्ये स्त्रीला आदर्श बनवतात आणि खालच्या जातीच्या स्त्रियांमध्ये हे 'गुण' नसल्याने त्या अनादर्श, कामुक, व्यभिचारी, इतर पुरुषांना सहजी उपलब्ध, विकत घेण्यायोग्य व अत्याचार / बलात्कार करण्यास हरकत नाही अशा समजल्या जातात.

देवदासींचा इतिहास पाहताना हे सर्व मुद्दे विचारार्ह ठरतात.

भारतीयांना मागास ठरवताना ब्रिटिशांनी भारतीय समाजात स्त्रियांचं स्थान, दर्जा व त्यांना घरात आणि समाजात मिळणारी वागणूक हा मुद्दा उचलून धरला होता. तंत्रमार्ग, योगिनींची कर्मकांडं, तंत्रमार्गातल्या उपासना इत्यादी प्रकार त्यांना अमानुष वाटले. त्यावर अनेकांनी कडाडून टीका केली. मंदिरांवरची कामशिल्पं, मंदिरांमधील देवदेवतांची नावं गुंफून गायली जाणारी शृंगारिक गाणी व नृत्यं या गोष्टी त्यांच्या धार्मिक कल्पनांना प्रचंड मोठे धक्के देणाऱ्या होत्या. श्लील – अश्लीलतेच्या त्यांच्या कल्पना भारतीयांहून भिन्न होत्या. ही सारी काव्यं, नृत्यं, कला त्यांनी अश्लील आणि म्हणून आक्षेपार्ह देखील ठरवली. ख्रिश्चन मिशनऱ्यांनी देवदासींना 'धार्मिक वेश्या' म्हटलं.

आबे. जे. ए. ड्युब्वा याने १९२८ साली आपल्या डायरीत लिहिलेल्या नोंदीमध्ये 'भारतातल्या प्रथा आदिम व विचित्र आहेत,' असं म्हटलं होतं. एका धार्मिक आयोजनाबाबत तो लिहितो, "मंदिरातलं सर्वांत महत्त्वपूर्ण स्थान नर्तकीचं असतं. त्या स्वत:ला देवदासी म्हणवून घेतात. मात्र लोक त्यांना वेश्याच समजत असतात. ब्राह्मण असोत वा परिया, सर्व जातीच्या लोकांना इथं आमंत्रण दिलेलं असतं. मांसाहारी जेवण, दारू, अफूसारखे नशेचे पदार्थ यांचं सेवन करून स्त्री–पुरुष नि:संकोचपणे व बेपर्वाईने एकमेकांसोबत रात्र घालवतात. कधीकधी अर्पण करण्याची भेटवस्तू म्हणून देशी दारूने भरलेलं पात्र व नवतरुण मुलगी बहाल केली जाते. ही मुलगी विवस्त्र होऊन अत्यंत अश्लील हावभाव करत उभी असते. तिच्या देहात देवीने प्रवेश करावा म्हणून आवाहन केलं जातं. एकुणात कर्मठ हिंदू धार्मिक कार्यक्रमांच्या आयोजनात इतक्या अनैतिक गोष्टी घडत असतात की

प्राचीन काळापासून ते आधुनिक काळापर्यंतच्या सर्व संस्कृतींना ते लाजिरवाणं वाटेल.”

अशा मतांच्या पार्श्वभूमीवर देवदासी कोण, त्यांचा इतिहास काय, याचा आढावा घेऊन अभ्यासास सुरुवात करता येईल.

देवदासींचा इतिहास

देवदासी म्हणजे एखाद्या देवतेला (देव / देवी) अर्पण केलेली, वाहिलेली स्त्री होय. मंदिरात देवाला स्त्री अर्पण करण्याची पद्धत प्राचीन काळात अनेक देशांत होती. ती रुढी प्रस्थापित होत गेली आणि अशा स्त्रियांचे स्वतंत्र समूह तयार होऊ लागले. या समूहांची संख्याही वाढत गेली. त्यांची कार्यं, धार्मिक कर्मकांडातील त्यांचा सहभाग याचं स्वरूप निश्चित होत गेलं.

‘विश्वकोशा’त असं नोंदवलेलं आहे की, “जुन्या ग्रीक लोकांतही, त्याचप्रमाणे बॅबिलोनियातील ईश्तर मंदिरातही अशीच प्रथा असलेली दिसून येते. बॅबिलोनियातील प्रत्येक स्त्रीने एकदा तरी फ्रोडाइटीच्या मंदिरात प्रथम चांदीचे नाणे देणाऱ्या पुरुषाशी मंदिराबाहेर जाऊन संग करून त्यास तृप्त केले म्हणजे देवी प्रसन्न होते, अशी त्यांची समजूत असल्याचे हिरॉडोटसचे म्हणणे आहे.” (*मराठी विश्वकोश, खंड ७*)

भारतात देवदासींची प्रथा अंदाजे मध्ययुगात सुरू झाली, असं अनेक संशोधकांनी म्हटलं आहे.मात्र उपलब्ध संदर्भ पाहता ध्यानात येतं की, प्राचीन काळाच्या उत्तरार्धात महत्त्व प्राप्त झालेली ही प्रथा मध्यकाळात विकसित झाली. अनेक लहान राज्यं, राजे, जमीनदार यांनी मंदिरं उभारणं व मंदिरांसाठी जमिनी दान करणं सुरू केलं. अनेक गावं त्यामुळे मंदिराच्या अखत्यारीत असायची. मंदिरांना व्यक्तींकडून आणि समूहांकडूनही मोठी दानं मिळायची. या मंदिरांची हळूहळू संस्थानं बनली. भूदानापाठोपाठच स्त्रिया दान करणं हे प्रतिष्ठेचं होतं. त्यामुळे मृत्यूनंतर स्वर्गप्राप्ती होते असा समज होता. दहाव्या शतकापर्यंत क्वचित होणारं हे अर्पण यानंतरच्या काळात रुढी बनलं. या काळातल्या आकडेवाऱ्या पुढे उद्धृत केल्या आहेत, त्या संख्येवरून आणि या काळात मंदिरांच्या वाढत गेलेल्या संख्येवरूनही ते लक्षात येऊ शकेल.

देवतांना मानवी रूप दिलं गेलं; त्यांनी भौतिक सुखांचा उपभोग घेऊन प्रसन्न राहावं, अशी कल्पना केली गेली. त्या कल्पनेचा एक भाग म्हणून मूर्तींना स्नान घालणं, धूप उजवणं, वस्त्रालंकार चढवणं, गंधपुष्प अर्पण करणं, नैवेद्य म्हणून धान्य, शिजवलेलं अन्न

व पेयं देणं, त्यांची शयनाची वेळ निश्चित करून त्या काळात गाभारे बंद ठेवणं इत्यादी कर्मकांडं सुरू झाली. देवाला शयनभोगही मिळावा म्हणून सुंदर मुलींचं देवाशी लग्न लावून त्यांना देवपत्नी मानणं; खेरीज देवाच्या सर्व सुखसेवांसाठी मंदिरात दासी ठेवणं अशी प्रथाही सुरू झाली. या सेवेच्या बदल्यात त्यांना मंदिराच्या उत्पन्नातला ठरावीक हिस्सा आणि मंदिराकडून निश्चित वेतनभत्ता मिळत असे. त्यांनी ह्या सेवांना नकार देणं म्हणजे मंदिराच्या कायद्यांचं उल्लंघन करणं होतं; त्यामुळे कुठलीही सेवा त्या नाकारू शकत नसत.

देवपत्नी बनलेल्या मुली बहुतेक सर्व जातींच्या असत; कारण मूल व्हावं म्हणून किंवा मुलं जगत नसतील तर झालेलं मूल जगावं म्हणून नवस केले जात; त्यात पहिलं मूल देवाला अर्पण केलं जाई; यांत स्त्रीपुरुष भेदही नसे. दासी मात्र मंदिरानेच विकत घेतलेल्या वा इतर कुणी विकत घेऊन मंदिराला अर्पण केलेल्या असत. अपत्यप्राप्तीखेरीज त्वचारोग बरे होण्यासाठी, केसांमध्ये जट निर्माण झाली म्हणून, कधी कुणी देव अंगात आल्यावर अमुक मूल देवाला सोडावं अशी आज्ञा केली म्हणून देखील मुलं देवाला अर्पण करण्याचं प्रमाण वाढत गेलं.

दान, अर्पण यांखेरीज मंदिरांचे व्यवस्थापक देवदासींना विकतही घेत. स्त्रीला दान देता येतं, गहाण ठेवता येतं, तिची खरेदी-विक्री करता येते... असे अनेक उल्लेख प्राचीन साहित्यात आढळतात.

धर्मशास्त्रात 'दासी' या शब्दाचा अर्थ केवळ 'गुलाम असलेली स्त्री' असा नसून, 'रतिसुखासाठी विकत घेतलेली स्त्री' असा आहे. (*स्मृतिचंद्रिका* २.२९०.५) दासी भेट देण्याची वा दान देण्याची पद्धतही वेदकाळात होती. ऋग्वेदात असा उल्लेख आहे की, त्रसदस्यू राजाने पन्नास वधू दासी सोभरी ऋषीला दान दिल्या. (*ऋग्वेद* ८.१९.३६) दासींच्या चार प्रकारांपैकी देवदासी व ब्रह्मदासी या दोघींना क्षत्रिय स्त्रीचा दर्जा होता; तिसरा प्रकार स्वतंत्र दासी, म्हणजे वेश्या आणि शूद्र दासी म्हणजे केवळ काबाडकष्ट करणारी हीन मानली जाणारी दासी होती.

देवदासींबाबतचे, मात्र देवदासी असा शब्दप्रयोग नसलेले, सर्वांत जुने उल्लेख वेदांमध्ये सापडतात. अथर्ववेदात असा उल्लेख सापडतो की, 'पुंश्चली' म्हणजे नृत्य करणारी स्त्री, जी गायक-वादक पुरुषांना सोबत घेऊन वाहनाने गावोगाव फिरून 'अनुष्ठानं' करते. या स्त्रिया अनुष्ठानाचा भाग म्हणून त्या गावांमध्ये तात्पुरते लैंगिक संबंधही प्रस्थापित करत.

१९२० च्या आसपास सुळे, साळी, भोगम् अशी लज्जास्पद संबोधनं मागे टाकून देवदासी व कलावंथुलु अशी संस्कृतप्रचूर आणि 'उन्नत' संबोधनं वापरण्यास सुरुवात केली गेली. त्यामुळे वेश्याव्यवसायसूचक कामुक प्रकारचे शब्द रद्द होऊन मूळ धार्मिकतेचा उल्लेख करणारे व नर्तकी म्हणून ओळख प्रस्थापित करणारे प्रतिष्ठित शब्द प्रचलित झाले. 'लैंगिक संबंध म्हणजे आध्यात्मिक मीलन आणि संभोग म्हणजे मोक्षांचा मार्ग' असं मानणं धार्मिक वेश्यावृत्तीत स्पष्ट दिसत असताना सुधारणावाद्यांनी 'देवदासी' हा शब्द आणून झाकाझाक केली, असा आक्षेपही पुढील काळात काही अभ्यासकांनी घेतला.

ऋग्वेदाच्या अखेरच्या मंडळात, इंद्राने वृचया नामक स्त्री अर्पण केली आणि स्वत: जोगता बनला अशा कर्मकांडाचा उल्लेख आहे. पुराणांनी अपत्यप्राप्तीसाठी मुलं अर्पण करण्याची कल्पना रुढी म्हणून प्रस्थापित होण्यास हातभार लावला. पुराणांमध्ये देवदासींचा उल्लेख आढळतो. सूर्यलोकाच्या म्हणजेच स्वर्गाच्या प्राप्तीसाठी सूर्यमंदिराला नृत्यगायनकुशल तरुणी अर्पण कराव्यात, असा उल्लेख भविष्यपुराणात आहे. सुंदर, कलानिपुण मुली देवाला पूजेसाठी, सेवेसाठी व भोगासाठी अर्पण कराव्यात वा गणिका म्हणून विकत घ्याव्यात असे उल्लेख पद्मपुराणात आहेत. मत्स्यपुराणात असा एक उल्लेख आहे की, देवांनी राक्षसांना युद्धात हरवल्यानंतर राक्षस स्त्रियांना वेश्याव्यवसाय स्वीकारणं किंवा मंदिरातील पतीत स्त्री म्हणून सेवा करणं असे दोनच पर्याय उरतात.

उत्तरप्राचीन काळात मंदिरात सात प्रकारच्या दासी असत —

१. दत्ता : ही स्वत:च स्वत:ला देवाला अर्पण करते, २. विक्रित : ही स्वत:ची मंदिरासाठी विक्री करते, ३. भृत्य : ही आपल्या कुटुंबाच्या समृद्धीसाठी मंदिराची सेविका बनते, ४. भक्त : ही श्रद्धा व भक्तिभावाने मंदिराच्या सेवेत दाखल होते, ५. हृत : हिला फूस लावून / फसवून मंदिरात अर्पण केलेलं असतं, ६. अलंकार : ही आपल्या पेशात पारंगत असून राजा व प्रतिष्ठित लोकांकडून मंदिराला भेट म्हणून अर्पण केली जाते, ७. रुद्रगणिका वा गोपिका : हिची नियुक्ती नाचगाण्यासाठी केली जात असून त्या बदल्यात तिला नियमित वेतन मिळतं. (अनंत कृष्णा अय्यर; 'देवदासीज् इन साउथ इंडिया : देअर ट्रॅडिशनल ओरिजिन अँड डेव्हलपमेंट'; *मॅन इन इंडिया; खंड* ६, अंक १; १९२१; पृ. २७).

जानकी नय्यर यांनी अगामिकांनी, शैव, पंचरात्र, व्याख्यानसागमशास्त्र असा ग्रंथांचा हवाला देत देवदासी मंदिरांमध्ये परंपरेने सेवा प्रदान करत ही रुढी प्राचीन असल्याचं सिद्ध

केलं आहे. (प्रियदर्शिनी विजयश्री; *देवदासी या धार्मिक वेश्या? एक पुनर्विचार*; २०१०)

दक्षिण भारतात, प्रामुख्याने तेलुगू व कन्नड भाषिक प्रदेशांमध्ये देवदासींचं अस्तित्व पुष्कळ जुनं मानलं जातं. जोगिमाडा इथल्या शिलालेखात 'देवदासी' हा शब्द आलेला असल्याने इ.स.पूर्व तिसऱ्या शतकापासून ही प्रथा अस्तित्वात होती असा दावा काही संशोधकांनी केलेला आहे. (*मोतीचंद्र*, १९७३, पृ. ४५) पण तो केवळ एक शब्द होता, त्यात अधिकची माहिती नसल्याने तो याच प्रथेविषयी होता असं ठामपणे म्हणता येणार नाही. कन्नड भाषिक क्षेत्रातला प्राचीन संदर्भ बिजापूर जिल्ह्यातील असून आठव्या शतकातला आहे. तेलुगू भाषिक क्षेत्रातला संदर्भ नेल्लोर जिल्ह्यातील सातव्या शतकातला आहे. मार्को पोलोने मंदिरात मुली अर्पण केल्या जाण्याचा उल्लेख केला आहे. (के. इस्माइल; *कर्नाटक टेंपल्स*; १९८४, पृ.१२५)

प्राचीन काळापासून आजपर्यंत बदलत गेलेल्या स्वरूपांवरून देवदासींचे साधारणत्वे तीन गट करता येतील –

१. पहिल्या गटात कलावंत, साहित्यिक, विद्वान स्त्रिया येतात. नृत्य, गायन, वादन, काव्य / गीतलेखन यांत पारंगत व वादपटू अशा या स्त्रिया कलानिपुण आणि अत्यंत बुद्धिमान होत्या. सुस्वरूप, शिष्टाचार पाळणाऱ्या आणि भाषिक चातुर्य असलेल्या होत्या. या श्रेष्ठ व कनिष्ठ मानल्या गेलेल्या अनेक जातींमधल्या होत्या. भोगम्, दासी, कंचनी, सानी या नावांनी त्यांना संबोधलं जाई. दररोज सकाळी व संध्याकाळी मंदिरात देवासमोर नृत्य-गायन करणं, मंदिरातल्या व मंदिराबाहेरच्या / घरगुती व सार्वजनिक धार्मिक उत्सवांमध्ये, लग्नादी सोहळ्यांमध्ये सहभागी होणं ही त्यांची अधिकृत कर्तव्यं मानली जात. त्यांना या सोहळ्यांना मानाने आमंत्रित केलं जाई. राजघराण्यांमधल्या वा इतर मोजक्या श्रीमंत पदाधिकाऱ्यांच्या घरातल्या मोजक्या स्त्रियांखेरीज गेल्या तीन-चार शतकांमध्ये केवळ देवदासीच सुशिक्षित होत्या. त्यांना अनेक भाषा येत. तंजावर दरबारात तीन भाषांमधून लेखन करणाऱ्या भद्रांबा व मधुरावणी या दोन देवदासी होत्या. प्रतिष्ठित कुटुंबांमधील स्त्रिया वाचन-लेखन करू शकत असल्या तरी, नृत्य व गाणे शिकण्याचा विशेष अधिकार मात्र फक्त देवदासींकडेच होता.

"दक्षिण भारतात कालांतराने देवदासींची एक जात बनली व तिचे आचार-विचार, वारसाहक्क, यांविषयी नियम बनवले गेले. त्यांच्या पंचायतीही निर्माण झाल्या. देवदासींच्या

मुलांना व मुलींना समान वारसाहक्क असतो. त्यांचे पुत्र देवदासींना नाचगाण्यात साथ करतात व मुलींना नृत्य शिकवितात." (बोरकर, लक्ष्मीदास; *संस्कृतिसंगम* ; कामकल्प; – रंभा, फेब्रु. १९६२) असा एक उल्लेख सापडतो.

मंदिरातील सण उत्सवांखेरीज गावातील प्रतिष्ठित घरांमध्ये वाढदिवस, मुंज, लग्न इत्यादी सोहळ्यांमध्ये देखील त्यांना 'सुमंगल' मानल्या गेल्याने, त्यांचं नृत्य-गायन आयोजित केलं जाई. घरी खास पाहुणे आल्यावर पाहुणचारासाठीसुद्धा त्यांना आमंत्रित केलं जाई. म्हैसूरमध्ये राज्याभिषेक सोहळ्यात पुरोहितांसोबत देवदासीही असत. त्या कलानिपुण आणि शिष्टाचार पाळणाऱ्या होत्या. त्यांच्या तुलनेत वैवाहिक दर्जा लाभलेल्या स्त्रिया खूपच अज्ञानी असल्याचे उल्लेख सापडतात.

विश्वकोशात अशी माहिती आहे की, "देवदासीच्या मुलीला आईकडून वारसा मिळे आणि तीसुद्धा देवदासी बने, तर मुलगा मंदिराचा गवई वा वादक बने. मंदिराच्या नृत्यांगना अत्यंत लावण्यपूर्ण असत. त्या सुगंधी द्रव्य वापरीत, सुंदर पोशाख आणि सुवासिक फुलांनी सुशोभित असलेली केशभूषा करीत, रत्नांचे व सोन्याचे दागिने वापरीत व पुरुषवर्गास कुशलतेने आकर्षित करीत." (पुणेकर, स. द.; फाटक, स्नेहल; खोडवे, अच्युत; *मराठी विश्वकोश; खंड* ७)

'सुळे' हा कन्नड शब्द व 'सानी' हा तेलुगू. जातीदर्शक शब्द नावांना जोडण्याची ह्या प्रांतांमध्ये प्रथा होती. दलितांनी या प्रथेला विरोधही केलेला दिसतो. एखादी स्त्री ही देवदासी आहे हे नावाने ओळखू येण्यासाठी तिच्या नावाशी 'सानी' हा शब्द जोडला जाई. उदा. तिरूपती मंदिरातल्या एका शिलालेखात लिंगासानी, हनुमासानी, टिप्पासानी, नागासानी व सेर्व्वूसानी असे उल्लेख सापडतात. (प्रियदर्शिनी विजयश्री; *देवदासी या धार्मिक वेश्या ? एक पुनर्विचार* ; २०१०; पृ. ५४) निजामशासीत तेलुगू प्रदेशात त्यांना भोगमत्तरू म्हटलं जाई. मत्तरू हा प्रत्यय जमिनीलाही लावला जातो, त्यातून स्त्रीचं 'क्षेत्र'त्व अधोरेखित होतं. ह्या मुलींना ७-८ वर्ष वयापासूनच नृत्य, संगीत, साहित्य व शृंगार ह्यांचं प्रशिक्षण दिलं जाई. देवाला वाहिल्यानंतर त्या मंदिराशी जोडल्या जात. हैदराबादमध्ये व पश्चिम भारतात ह्यांना कंचिनी म्हटलं जाई. लंजा, पात्रा, कलावंतुलु अशीही नावं आढळतात. धारवाड भागात देवरबोगवकेंदेव आणि इरियारवालसुळे असे शब्द होते; देवांना लैंगिक सुख देण्यासाठी नियुक्त केलेल्या वेश्या, असा त्यांचा अर्थ होतो. कन्नडमध्ये पात्रादरू असाही एक शब्द आहे.

ह्या स्त्रिया कार्मिक व आत्मिक स्तरावर उच्च स्थानी होत्या. लौकिक व अलौकिक

जगातल्या त्या मध्यस्थ मानल्या जात. कुटुंबातील स्त्रियांसारखी बंधनं त्यांच्यावर नव्हती. धार्मिक कर्मकांडात त्यांची भूमिका निश्चित होत असे. त्यांच्या जातीनुसार मंदिरातील त्यांचं काम व दर्जा दोन्हीही निश्चित होई. निम्न जातीतील देवदासींना मंदिराच्या आत जाता येत नसे. गाभाऱ्यात तर कोणत्याच जातीची देवदासी जाऊ शकत नसे, तो अधिकार फक्त पुजाऱ्यांचा होता; कारण 'मासिक पाळी येत असल्याने सर्व स्त्रिया अपवित्र व अशुद्ध असतात', असं मानलं जाई. सुळे, सानी, जोगतिणी, बेसवी या देवांना वाहिलेल्या असल्या तरी देवांच्या पत्नी मानल्या जात नसत. मुक्त मानल्या जाणाऱ्या ह्या स्त्रिया देखील जातीभेद, पितृसत्ता आणि पितृमत्ता यांच्या बंधनांमध्ये अडकलेल्या होत्याच; असा निष्कर्ष यावरून काढता येऊ शकतो.

इ. स. १००० च्या सुमारास तंजावर येथील मंदिरात अशा ४०० देवदासी होत्या, असा उल्लेख 'संस्कृतिकोशा'त आढळतो. चोलवंशातला प्रसिद्ध राजराजा पहिला याने इ.स. १०१० मध्ये तंजावरच्या बृहदिश्वर मंदिराला ४०० देवदासी दान केल्याची माहिती जुन्या कागदपत्रांत आढळते. सेन्सस ऑफ इंडियाच्या आकडेवारीनुसार मद्रास प्रेसिडेन्सीच्या क्षेत्रात १८९१ साली २०,१५४ देवदासी होत्या; १९२१ साली ही संख्या वाढून २६,९५७ झाली. यांची भाषा तेलुगू व कन्नड होती. १८९१ च्या जनगणनेनुसार निजामाच्या अखत्यारीत असलेल्या क्षेत्रात ३६,९३२ देवदासी होत्या; तर म्हैसूर राजवाड्यात ७,४३९ होत्या. हे फक्त भोगम्, दासी, कंचनी, सानी या उच्च प्रकारातल्या स्त्रियांचे आकडे आहेत; यांच्यात बेसवी, जोगतिणी वगैरे समाविष्ट नाहीत.

२. दुसऱ्या गटात बेसवी, जोगतीण, मुरळी, भावीण, शरणी, मातंगी, देवळी, कलावंतीण, कसबीण, बंदी, आराधिणी, पुरुकुंडी, देवरादियाळ, पात्रादवरू, भगतीण, चित्रकुंडी, गुरम्मा, महारिस, देवांगना, सुसावित्री या स्त्रिया येतात. या मंदिरातील दैनंदिन कामं करत. मंदिराची स्वच्छता, मंदिरातील अनेक तऱ्हांचे दिवे व समया स्वच्छ करून संध्याकाळी दीप प्रज्वलन करणं, देवावर चवऱ्या ढाळणं, देवाची पालखी निघते तेव्हा त्या मिरवणुकीची सर्व व्यवस्था पाहणं व मिरवणुकीत अग्रभागी नाचणं, सणउत्सवांच्या प्रसंगी देवापुढे नृत्यगायन करणं ही कामं या स्त्रिया जातीनिहाय करीत. मंदिरात त्यांना कुठवर प्रवेश द्यायचा हे त्यांच्या जातीनुसार ठरे.

कर्नाटकात बसवी वा बेसवी म्हणून ओळखल्या जाणाऱ्या देवदासी प्रामुख्याने

लिगायत व होळेय समाजातल्या होत्या. बसवीचे देवाशी किवा खंजीर / खड्गाशी लग्न लावीत. बसवेश्वर व मल्लिकार्जुन हे त्यांचे देव. जातीच्या सभांची / पंचायतींची व्यवस्था बघणं, लग्नादी समारंभांना हजेरी लावणं, धार्मिक कर्मकांडांमध्ये पुजाऱ्यांना मदत करणं, वधूवरांची आरती करणं, मंगळसूत्र ओवणं अशी त्यांची मुख्य कामं होती. त्यांची मुलंही देवांना अर्पण केली गेली, तर वारसाहक्काने आईची धनदौलत व जमीन त्यांना मिळे.

कर्नाटकातच सौदंत्ती, जि. बेळगाव इथं माघी पौर्णिमेला भरणाऱ्या जत्रेत यल्लमाला मुली वाहण्याची प्रथा पूर्वापार चालत आलेली होती. या मुली पुढे जोगतिणी म्हणून ओळखल्या जात. कधी नवस बोलला म्हणून, कधी केसांत जट आल्याने देवीचं 'बोलावणं आलं' असं वाटून देखील मुली देवीला वाहण्यात येत. कपाळावर भंडारा, गळ्यात दर्शन (माळ) व कवड्यांच्या माळा, डोक्यावर जग म्हणजे देवीचा पितळी मुखवटा ठेवलेली परडी या त्यांच्या ओळखीच्या प्रमुख खुणा आहेत. इतर देवदासींहून यामुळे त्या वेगळ्या दिसतात. चौंडकं, टाळ व तुणतुणं यांच्या साथीवर त्या यल्लमाची गाणी गातात. यल्लमाच्या जोगतिणींनी माघी पौर्णिमेला चुडा फोडून विधवा बनायचं असतं; त्यामुळे तिला रांडाव पुनव म्हणतात. चार महिन्यांनी ज्येष्ठी पौर्णिमेला पुन्हा चुडा भरायचा, ही अहेवपौर्णिमा. हा चार महिन्यांचा काळ देवीच्या वैधव्याचा मानला जातो.

गुजराथमध्ये बहुडा (मूळ उच्चार बहुला / बहुळा असा असावा) नामक देवीला स्त्री–पुरुष अपत्यं अर्पण केली जातात. स्त्रीने देवीला स्तन छाटून अर्पण करायचे आणि पुरुषाने देवीला लिंग छाटून अर्पण करायचे अशी प्रथा आहे. अशा स्त्रीला बहुचरा व पुरुषाला बहुचर म्हटलं जातं.

ओडिसातील देवदासींना महारिस म्हणतात. गंग वंशातील राजांनी अनेक देवदासी त्या प्रदेशातील निरनिराळ्या देवस्थानांत देवांच्या सेवेसाठी नेमल्या होत्या. त्यांचा सर्व योगक्षेम मंदिरांच्या उत्पन्नातून चालावा, अशीही त्यांनी व्यवस्था करून ठेवली होती. केवळ हलक्या जातींतील मुलीच देवदासी बनत असं नाही; तर उच्च वर्गातील मुलीही देवाला अर्पण केल्या जात व त्याही देवदासी बनत. (बोरकर, लक्ष्मीदास; *संस्कृतिसंगम*, कामकल्प; – रंभा, फेब्रु. १९६२)

ईशान्येकडील प्रांतांत मंदिरात देवांसमोर नृत्य करणाऱ्या स्त्रियांना महारी म्हणत. त्यांचं नृत्य महारीनृत्य म्हणून प्रसिद्ध आहे.

कोइमतूरमधील कैकोलन जातीतही प्रत्येक कुटुंबातील एक मुलगी देवाला अर्पण करण्याची चाल होती. ही देवपत्नी मरण पावल्यावर देव सुतकात आहे असं समजत.

महाराष्ट्रात नवस फेडण्यासाठी मुलींचं खंडोबाशी लग्न लावलं जातं; त्या मुलींना मुरळी म्हणतात. गळ्यात कवड्यांची माळ, कपाळावर भंडारा लावून, तुणतुणं व खंजिरी वाजवणाऱ्या वाघ्यासोबत त्या एका हाताने घोळ म्हणजे एक प्रकारची घंटा वाजवत नाचत भिक्षा मागत फिरतात. मुरळ्या 'अ-सती' मानल्या जातात. कन्नडमधील 'मरळी' या शब्दाचा अर्थ तर 'बुद्धिशून्य, बतावणी करणारी' असा होतो.

गोव्यातल्या देवदासी भाविणी म्हणून ओळखल्या जातात. कदंब काळापासूनचे त्यांचे उल्लेख इतिहासात सापडतात. महाराष्ट्राच्या गोव्यालगतच्या जिल्ह्यांमध्येही त्या होत्या. मंदिरातली स्वच्छतेची व दिवे उजळवण्याची कामं; मंदिरात, राजदरबारात, प्रतिष्ठितांच्या घरी गायन करणं; पालखीसमोर नाचणं हे त्यांचं मुख्य काम असे. धार्मिक, सामाजिक समारंभात त्या सहभागी होत. कट्यारीशी / तलवारीशी त्यांचं लग्न लावण्याचा विधी शेंस विधी म्हणून ओळखला जातो. शेंसविधी झाल्यानंतर तिला देवळाकडून आहेर मिळतो. जो अधिक पैसे देईल त्या पुरुषाला तिचा पहिला भोग घेता येतो. यात तिला निवडीचा अधिकार नसतो. कमी शिकलेल्या व नृत्यगायन न जमणाऱ्या भाविणींमध्ये रखेली म्हणून राहण्याची पद्धत जास्त होती; वेश्याव्यवसाय त्यांच्यात क्वचित दिसे. त्यांच्यातल्या कलानिपुण, सुशिक्षित स्त्रिया पुढील काळात गायिका, अभिनेत्री म्हणून प्रस्थापित झाल्या आणि त्यांची आयुष्यं बाकी देवदासींहून वेगळी बनली.

जोगतिणी आणि बेसवी अनेक पुरुषांशी लैंगिक संबंध ठेवत असल्या अथवा विशिष्ट पुरुषाची रखेली म्हणून राहत असल्या तरी वेश्यांप्रमाणे केवळ पैसे कमावण्यासाठी त्या हे करत नसत. प्रत्येक पुरुषात शिव स्वरूप पाहण्याची एका गणिकेची कथा शिवलीलामृतात आहे; तोच मुक्त भाव इथंही होता. जोगतिणींना प्रतिष्ठित वेश्या समजलं जाई; खेरीज पोतराज सोबत असेल तरच त्यांना धार्मिक कर्मकांडांचे अधिकार मिळत. धार्मिक स्थान आणि अर्थार्जनाच्या हेतूनेच लैंगिक संबंध न ठेवणं या दोन कारणांमुळे समाजाच्या नजरेत त्या वेश्यांप्रमाणे तिरस्कृत, घृणास्पद वा निंदनीय नव्हत्या, तर केवळ स्वच्छंद होत्या.

जोगतिणी आणि बेसवी मात्र नृत्यादी कलांमध्ये अशा निपुण नसत. देवी अंगात येणं, तिनं समस्यांवर उपाय सुचवणं, आजार बरे करणं, भूतबाधा नष्ट करणं, बेट्टलासेव (नग्नपूजा) करणं, धार्मिक उत्सवांमध्ये मिरवणुकीत नाचणं हे त्यांच्या कामाचं स्वरूप होतं. १८५५ मध्ये नग्नपूजा करण्यावर सरकारने बंदी आणली तरी नंतरची अनेक दशकं ती लपून छपून करणं सुरूच राहिलं.

देवदासींचं ज्या देवाशी लग्न लावलं जातं ते देव हनुमान, बासव, परशुराम,

वीरभद्र, कामकप्पा, रघुनाथ, खंडोबा हे होत.

मातंगी, जोगतिणी, बेसवी आणि सुळे / सानी देवदासींच्या ह्या तिन्ही प्रकारांमध्ये जात, धार्मिक स्थान, आर्थिक मेहनताना ह्या तिन्हीही बाबतीत मोठा फरक आढळतो.

३. तिसरा गट नर्तकींचा. नर्तकींचा एक वर्ग देवदासींहून वेगळा, वरच्या दर्जाचा होता. अर्थात त्यांनाही भोगम, सानुलु, वरकंथुलु, वेश्या असंच संबोधलं जाई. त्या सुशिक्षित असून संस्कृत व स्थानिक भाषांमधील साहित्यात निष्णात तर असतच खेरीज राजदरबारात होणाऱ्या बौद्धिक चर्चांमध्येही सहभागी होत. नृत्यसंगीत, कलाकौशल्य, जाणीवपूर्वक जोपासलेलं सौंदर्य, अभिरुचिपूर्ण वस्त्रालंकार, लवलवते उल्हसित देह, सभ्य व शिष्टाचारयुक्त वर्तन, बोलण्यातलं चातुर्य ही त्यांची वैशिष्ट्यं युरोपियन अधिकाऱ्यांनी वर्णिलेली आहेत. मंदिराशी निगडित नसलेल्या ह्या स्त्रिया स्वत:ला अप्सरांच्या वंशज मानत. मंदिराशी निगडित असलेल्या व नसलेल्या नर्तकी ह्यांच्यात ठोस भेद आढळत नाहीत.

प्राचीन काळात, ईश्वरसेवेला वाहून घेतलेले असल्याने या स्त्रियांना मंदिरांमध्ये पुजाऱ्यांच्या खालोखाल सन्मानाचं स्थान होतं. त्या शुद्ध आणि पवित्र समजल्या जात. त्यांना हीनत्व दिलं गेलं, ते मध्ययुगात; प्राचीन काळी मात्र समाजाचा त्यांच्याकडे पाहण्याचा दृष्टिकोन तिरस्कृत नव्हताच, उलट त्यांना समाजात प्रतिष्ठेचं स्थान होतं. एकोणिसाव्या शतकात त्यांच्या स्थानात कमालीची उलथापालथ होऊन त्या अप्रतिष्ठा पावल्या आणि घृणास्पद ठरल्या. अनंगदानव्रतासारखी व्रतं त्याला कारणीभूत ठरली. या व्रतात 'देवदासीने ब्राह्मणाला / पुजाऱ्याला देव मानून रतिसुख द्यावं,' असं म्हटलेलं आहे. थोडक्यात, देवतांना मानवरूपात कल्पणं, पुजाऱ्यांना देवरूप कल्पणं, प्रत्येक पुरुषाला देवरूप कल्पणं असा या देवकल्पनांचा विकास होत गेला आणि त्यात पत्नी व दासी या दोन्ही भूमिकांमधील स्त्रियांची अधोगती होत गेली.

लक्ष्मीदास बोरकर यांच्या मते, "देवाला अर्पण केलेल्या मुली व नर्तिका या पुजाऱ्यांच्या दासी बनल्या. राजे व सरदार यांच्या विलाससुखासाठीही त्यांचा उपयोग होऊ लागला. त्यांच्या आश्रयामुळे व प्रोत्साहनाने ही प्रथा प्रसार पावली व दीर्घ काळ टिकून राहिली. अंधश्रद्धेला बळी पडलेल्या या कोवळ्या अजाण मुली म्हणजे सरदार, जहागीरदार, पुजारी व यात्रेकरू यांची विषयवासना तृप्त करण्याचे एक हुकमी साधन

ठरले." (बोरकर, लक्ष्मीदास; *संस्कृतिसंगम*; कामकल्प; – रंभा, फेब्रु. १९६२)

'पुंश्चली' ही नृत्य, गायन करणारी स्त्री अनुष्ठानाचा भाग म्हणून वेश्याव्यवसाय करते... असं आपल्याकडचे जुने अभ्यासक सहज नोंदवतात. यात मुळात खोट 'पाहणाऱ्याच्या नजरे'तली आहे. यात ती केवळ लैंगिक संबंध प्रस्थापित करते की देहविक्रय करते याचा स्पष्ट उल्लेख नाही. अर्थार्जनासाठी लैंगिक संबंध प्रस्थापित केले तर तो वेश्या व्यवसाय होईल; अन्यथा नाही. मात्र कोणत्याही स्त्रीने एकाहून अधिक पुरुषांशी लैंगिक संबंध ठेवले की तिला सरसकट वेश्या म्हटलं जातं; हेच पुरुष करत असेल तर मात्र ते फक्त त्याच्या 'पुरुषत्वाचं एक लक्षण' असतं. अनेकदा लैंगिक संबंध धार्मिक कर्मकांडांचा एक भाग असत, यज्ञावेळीही अशी कृत्यं केली जात वगैरे तपशील इथं सोयिस्कररीत्या विसरले जातात. हडप्पा इथं नर्तकीची सुप्रसिद्ध मूर्ती सापडली, तेव्हाही आपल्या काही संशोधकांनी 'नर्तकी म्हणजे वेश्या' असं समजून 'त्याकाळीही त्या परिसरात वेश्याव्यवसाय चालत होता' असाच कुविचारी निष्कर्ष काढला होता. ओडिसातल्या गुणी प्रकारातल्या नर्तिका तर मंदिरांशी निगडितही नव्हत्या, अशी उदाहरणं या अभ्यासकांनी पाहिलीच नाहीत.

वेश्या कोण ? याची व्याख्याच आपल्याकडे नीट वापरली जात नाही, कारण हा शब्द केवळ व्यवसायनिदर्शक राहिलेला नाही, तर शिवी म्हणून तो सरसकट वापरला जातो. विवाहाशिवाय / विवाहबाह्य लैंगिक संबंध ठेवणाऱ्या, नृत्यगायन करणाऱ्या आणि घराबाहेर पडून श्रम करणाऱ्या सर्वच स्त्रिया अकुलीन / वेश्या ठरवण्यात आल्या आहेत. 'संस्कृतिकोशा'त दासी, गणिका व पण्य स्त्री अशा तिघींनाही वेश्या ठरवण्यात आलंय. पण्य म्हणजे दररोज कोणत्याही कामातुर पुरुषाकडून पैसे घेऊन त्या बदल्यात देहभोग देणारी स्त्री... हिलाच केवळ वेश्या म्हणता येईल. दासी व गणिकांना वेश्या संबोधणं उचित नाही; पण जिथं निव्वळ व्यभिचाराचा संशय आहे अशा आई, पत्नी, मुलगी, बहीण इत्यादी कोणत्याही नात्यातल्या स्त्रीला देखील 'वेश्या / रांड' म्हणून शिवी दिली जाते; तिथं दासी व गणिकांची काय गत ?

दक्षिणेकडच्या उग्र देवता उत्तरेकडून येणाऱ्या वेदाभ्यासक लोकांना मानवल्या नाहीत. 'लोक'प्रवृत्तीच्या उग्र देवतांचं उपासनाविश्व आणि पावित्र्यसंभार यांवर ताबा मिळवण्यासाठी वेदाभ्यासकांनी अनेक क्लृप्त्या रचल्या. त्यांनी एकतर त्या क्षुद्र, दुय्यम दर्जाच्या ठरवल्या किंवा दुसरं म्हणजे त्यांना बढती देऊन आपल्या 'श्रेष्ठ' देवतांचंच

एक रूप म्हणून विलीन करून घेतलं; त्यांच्या स्वतंत्र ओळखी नष्ट केल्या. रेणुका, यल्लमा, मातंगी या नावांच्या कथा उदाहरणादाखल पाहता येतील. कालीवृत्तीच्या अनेक देवींचा दर्जाही समाजात कमी झाला. त्या अस्पृश्यांच्या वा क्षुद्र देवता म्हणून ओळखल्या जाऊ लागल्या.

उत्तरेच्या प्रभावाने दक्षिणेकडेही स्त्रियांकडे नकारात्मक पद्धतीने पाहिलं जाऊ लागलं. जिथं मुलींना देज मिळतो, त्या समाजांना / जाती जमातींना 'खालचा दर्जा' दिला गेला. मुलींचं शिक्षण, अर्थार्जन, घराबाहेर पडणं म्हणजेच पडदानशीन नसणं, सभेत बोलणं, चर्चा-वादात सहभागी होणं हे सारं 'अनादर्श' ठरवण्यात आलं. लैंगिक स्वातंत्र्य हे असभ्यता आणि मागासपणाचं प्रतीक मानलं गेलं. उत्तरेकडून आलेल्यांना दक्षिणेत विकसित झालेल्या तंत्रसाधनाही भयावह वाटल्या. त्यांनी तांत्रिकांना कडाडून विरोध केला.

तांत्रिक मतात पाच 'म'कारांपैकी एक मैथुन आहे. शक्तीसोबतचं मीलन म्हणजे सृजनाचा संकेत, आनंदाचा स्त्रोत आणि वंशसातत्याचा मूलाधार होय – असा विचार त्यामागे आहे. शिव–शक्ती मीलनाची कल्पना याच विचारातून विकसित झाली. शक्तीचं प्रतीक मानल्या गेलेल्या या स्त्रियांना योगिनी म्हटलं जाई. यांचंच एक रूप पुढे जोगिनी / जोगतिणी म्हणून विकसित झालेलं दिसतं. लिंगपूजा व योनिपूजा सुरू झाल्या. वेदांत लिंगपूजेला विरोध व टीकाटिंगलही केलेली दिसते. काळाच्या ओघात योनिपूजा मागे पडल्या, पण लिंगपूजेचं महत्त्व अबाधित राहिलं.

तांत्रिकांमध्ये तंत्रसाधनेसाठी योग्य स्त्रिया कोणत्या; तर वेश्या, शूद्र, चांडाळ, धोबीण, नृत्यांगना व भक्त! कारण अशा स्त्रिया नीच, निर्लज्ज व भ्रष्ट असतात... (एन. एन. भट्टाचार्य, १९८२, पृ. १३७; एच. एच. विल्सन, १८६२; गेविन फ्लूड, १९९६, पृ. १९१) अशी मतं अभ्यासकांनी नोंदवलेली आहेत. बी. टी. भट्टाचार्य यांच्या मते, "हिंदूंचं दैनंदिन जीवन १३०० वर्षांपूर्वी जन्मलेल्या तंत्रादी विकारांनी आजही ग्रासलेलं आहे." (*ॲन इंट्रोडक्शन टू बुद्धीस्ट इरोटिसिजम*; ऑक्सफर्ड; १९३२)

या योगिनी, जोगिणी, जोगतिणी, सुळे, सानी, बेसवी इत्यादी स्त्रिया मंदिरात सेवा करणाऱ्या किंवा मंदिराबाहेरच्या जगातल्या देवदासी म्हणवल्या जाऊ लागल्या. त्यांच्या मूळ जातींनुसार पुन्हा त्यांची इथली स्थानंही वेगवेगळा दर्जा देणारी ठरली.

काही अभ्यासकांनी देवदासी प्रथेचं उदात्तीकरण केलं आहे, ते पुढीलप्रमाणे :

देवदासींना नित्यसुमंगली म्हणून धार्मिक महत्त्व होतं. नृत्य व गायनाचं अभिजात

कौशल्य आणि सुशिक्षित असल्याने लेखन-वाचन-अभ्यास यांमुळे प्राप्त झालेला साहित्यिक दर्जा यांमुळे त्यांना प्रचंड प्रसिद्धी व प्रसिद्धीतून प्रतिष्ठा लाभली होती. त्यांचा आर्थिक स्तर अमाप उंचावून मंदिरांना मोठाल्या देणग्या देण्याइतक्या त्या श्रीमंत बनलेल्या होत्या. त्यामुळे समाजातील इतर प्रतिष्ठित व श्रीमंत कुटुंबांमध्ये त्यांचा मित्रवत वावर होता. कुटुंबाच्या आर्थिक नाड्या देवदासींच्या हाती असल्याने त्यांना कुटुंबप्रमुखाचं स्थान, पोषणकर्ती म्हणून कुटुंबात व गोतावळ्यात सन्मान लाभत होता. त्यांचा व्यावसायिक दृष्टिकोण विकसित झालेला असल्याने कुटुंबात व नृत्यगायनादी सादरीकरणावेळी त्यांनी व्यवस्थित श्रमविभागणी करून त्यानुसार वादक साथीदारांचे अर्थकारणही काटेकोर पद्धतीने आखले, सांभाळले होते. त्यांचे आश्रयदाते व त्या आश्रयदात्यांची कुटुंबं यांच्याशी असलेली त्यांची विवाहबाह्य नातीही जोडनाती म्हणून समाजात मान्य होती. खेरीज थेट देवाशीच नातं जोडलेलं असल्याने समाजातील बाकी सर्व जातिधर्मांच्या व सर्व आर्थिक पातळ्यांवरच्या स्त्रियांहून त्यांची दैनंदिन जीवनशैली अत्यंत निराळी व असाधारण मानावी अशी होती. नायकिणी व कलावंतिणींचं सामाजिक व आर्थिक स्थानही असंच होतं. (श्रीनिवासन, १९८५; ओल्डेनबर्ग, १९९१)

मुकुंद कुळे यांच्या मते, "देवदासी मंदिरांत असताना त्यांना आणि त्यांच्या कलेकडे जसं प्रतिष्ठेचा विषय म्हणून पाह्यलं जायचं, तद्वतच कुठल्या राजाकडे कोण नर्तिका आहेत, हादेखील समाजात मानाचा विषय असे. उत्तर पेशवाईत व्यंकट नरसी या नर्तिकेचं नाव, दक्षिण भारतात चांगलंच नावाजलेलं होतं. तसंच हैदराबादच्या दरबारात असलेल्या माहेलिका ऊर्फ चंदा या नर्तकीची ख्यातीही दूरदूरवर पसरलेली होती. एवढंच नाही, तर संस्थान काळात लग्नप्रसंगी उत्तम नर्तिका असलेल्या देवदासी आंदण म्हणूनही दिल्या जायच्या. तंजावरच्या राजांनी आपल्या दरबारच्या असा उत्तम नर्तकी मुलीला आंदण म्हणून बडोद्याच्या गायकवाडांकडे पाठवल्याचे दाखले सहज मिळतात. याचा अर्थ आधी देवदासी असलेल्या या नर्तकी नंतर राजाच्या दरबारात नाचायला लागल्या तरी त्यांनी आपल्या कलेशी प्रतारणा केलेली नव्हती." (कुळे, मुकुंद; 'देवदासी आणि नृत्यविरोधी चळवळ'; http://aadital.blogspot.in/2015/11/blog-post.html)

जिथं सत्ता आली, तिथं संघर्ष येतातच याकडे दुर्लक्ष करून या अभ्यासकांनी देवदासी समूहातील आपसातील राजकारण, कौटुंबिक सत्तासंबंधातून निर्माण होणारे ताण, आश्रयदात्यांकडून होणारं शोषण, वारसाहक्कावरून होणारी भांडणं अशी दुसरी बाजू सरळ झाकून ठेवलेली दिसते. नंतरच्या काळात काही अभ्यासकांना हे ध्यानात आलं

की, देवदासींना धार्मिक महत्त्व असलं तरी निश्चित सामाजिक दर्जा नव्हता. (आनंदी, १९९१) खेरीज त्यांच्यावर मंदिरातील पुजारी, आश्रयदाते, कलाक्षेत्रातील गुरू यांचं नियंत्रण असल्यामुळे त्यांचा सामाजिक दर्जा, प्रतिष्ठा, एकूण सामाजिक स्थान मर्यादित होतं. (नायर, १९९६)

देवदासींची आर्थिक व सामाजिक स्थिती

देवदासींच्या विषयी लिहिताना त्यांचे विविध प्रकार ध्यानात न घेता ती सरसकट एकच 'जमात' मानून लिहिण्याने बरेच गोंधळ झालेले दिसतात. त्यातला मुख्य गोंधळ म्हणजे त्या सगळ्यांनाच वेश्या ठरवण्यात आलं. प्रियदर्शिनी विजयश्री यांच्यासारख्या काही अभ्यासकांनी तर मंदिरात काम करणाऱ्या देवदासींना 'धार्मिक वेश्या' असंही संबोधलेलं दिसतं. त्यातूनच दुसऱ्या गटाने उदात्तीकरणाच्या नादात दुसऱ्या टोकाची विधानं करत, 'प्राचीन काळी / पूर्वी या सगळ्या अत्यंत प्रतिष्ठा लाभलेल्या स्त्रिया होत्या,' असं म्हणत, 'त्या काळाच्या ओघात परिस्थितीच्या रेट्याने वेश्या बनल्या,' असेही खुलासे केले.

अनेक स्त्रीवादी अभ्यासकांनी देवदासी व गणिका यांच्या स्थानाचा अभ्यासातून गौरव केला. (श्रीनिवासन, १९८५, मार्ग्लीन, १९८५, कर्सेनबूम स्टोरी, १९८७, ओल्डेनबर्ग, १९९१) प्राचीन व मध्ययुगीन काळात त्यांना समाजात मोठी प्रतिष्ठा होती, त्या प्रचंड श्रीमंत होत्या, त्यांच्या साहित्याला आणि कलेला राजदरबारात आणि इतर कलारसिक, विद्वान पुरुषांकडून दाद मिळत होती आणि त्या समाजाचा एक महत्त्वपूर्ण, अविभाज्य हिस्सा होत्या असे तुटक पुरावेही अभ्यासकांनी मांडले. (त्यातील काही उदाहरणं लेखात सुरुवातीला दिली आहेत.) यानंतर वसाहतकाळात ब्रिटिश व सुधारकांचे प्रयत्न यांच्यातल्या राजकारणात या स्त्रिया बळी पडल्या, पण त्यापूर्वी त्यांची आयुष्यं अगदी सुखासीन होती, अशी मांडणी अभ्यासकांनी केली. हेही सर्व स्तरांमधल्या देवदासी ही एक जमात मानल्या गेल्याने, त्यांच्या जाती व वर्ग यांच्यातील भेद ध्यानात न घेतल्याने काढले गेलेले बाळबोध निष्कर्ष होते.

देवदासींमधला एक विशिष्ट वर्ग फक्त सुखासीन होता, असं फार तर म्हणता येऊ शकेल; पण बाकी जोगतीण / बेसवी गटातल्या देवदासी मात्र शोषणाच्या बळी ठरल्या होत्या, ही वस्तुस्थिती नाकारता येणार नाही.

ह्या स्त्रियांना जमीन, मंदिराच्या परिसरात राहण्यास जागा आणि दान दक्षिणा मिळत असे. त्यावर त्यांचा निर्वाह चाले. देवस्थानाकडून मिळणाऱ्या जमिनींना सारा / कर द्यावा लागत नसे. त्यांच्या वसतिस्थानांना कन्नडमध्ये सुळेगेरी आणि तेलुगूमध्ये विरुवीधि वा सानीवीधि म्हटलं जाई. यातील काही स्त्रिया इतक्या श्रीमंत बनल्या होत्या की त्यांनी स्वत: मंदिरं उभारली, तलाव खोदले, मंदिरांना रथ व हत्ती, उंच वजनदार समया दान दिल्या असे उल्लेख सापडतात.

जोगतिणी, बेसवी ह्यांना मंदिराकडून भत्ता मिळे. त्या परडी घेऊन भीक मागत असत. ही भीक त्यांनी पोटापुरती मागावी, मालमत्ता निर्माण करू नये असा नियम होता. धान्य, वस्त्रं, पैसे अशा स्वरूपात ही भीक असे.

वासाहतिक काळात काही देवदासींच्या आर्थिक व सामाजिक स्थानात मोठी स्थित्यंतरं घडली –

१. त्यांच्या आश्रयदात्या वर्गाचीच आर्थिक स्थिती कोलमडली, त्यामुळे उत्पन्नाचा एक मोठा मार्ग बंद झाला.

२. कला–साहित्याकडे लक्ष द्यावं असं सामाजिक / राजकीय वातावरणच राहिलं नाही. त्यांची नृत्यं व गीतं अश्लील असल्याचे आरोप होऊन विरोध सुरू झाला.

३. त्यांचं विवाहाच्या चौकटीत नसणं हे अनैतिक ठरवण्यात आलं आणि त्यांना वेश्या संबोधण्यास सुरुवात झाली. बाकी वेश्यांना दिली जाई तशीच तुच्छ वागणूक त्यांनाही दिली जाऊ लागली.

४. घरांमधून परंपरेने होणारं शिक्षण कमी होत गेलं आणि स्त्रियांसाठी सुरू झालेल्या विशेष शाळांमधून त्यांना प्रवेश नाकारण्यात आले.

५. त्यांनी मंदिरात सेवा करण्याचं नाकारल्यावर त्यांचं धार्मिक स्थानही नष्ट झालं.

हे मुद्दे पूर्णत: चुकीचे नसले, तरी वासाहतिकपूर्व काळात सगळं आलबेल होतं, असा चुकीचा संदेश अभ्यासकांच्या या मांडणीतून जातो. चुकीच्या परंपरांचा गौरव त्यातून सुरू होऊ शकतो; त्यामुळे वासाहतिक काळात हे दृश्य बदल घडले, तरीही ते प्रामुख्याने सुशिक्षित, वरच्या आर्थिक स्तरात असलेल्या व राजदरबारादी ठिकाणी नृत्यगायन करणाऱ्या देवदासींच्याबाबतच घडलं; इतर देवदासींबाबत नाही, असं म्हणावं लागेल. इतर देवदासींची सामाजिक व आर्थिक स्थिती वासाहतिकपूर्व काळात देखील वाईटच होती; ढासळण्याइतपत स्थिर व चांगली ती कधीच नव्हती.

वासाहतिक काळातील संघर्षाचा इतिहास

'भारतात स्त्रियांना चांगली वागणूक दिली जात नाही. त्यांना घरातही छळ, मारहाण, बलात्कार सहन करावे लागतात. सतीच्या नावाखाली त्यांना जिवंत जाळून मारलं जातं. जे पुरुष बायकांना नीट वागवू शकत नाहीत, ते राज्यकारभार कसा नीट सांभाळणार' असा ब्रिटिशांचा तर्क होता. आपली नैतिकता उच्चतर आहे, असं दाखवण्यासाठी त्यांना भारतीय नैतिकतेतील कनिष्ठता सिद्ध करणं आवश्यक होतं. भारतीय स्त्रियांचा कनिष्ठ दर्जा ही कळ त्यासाठी ब्रिटिशांना सापडली आणि ती त्यांनी कौशल्याने वापरली. कुटुंब, जात, धर्म या खासगी क्षेत्रांमध्ये ब्रिटिश शासन लक्ष घालणार नाही असं जाहीर करून ब्रिटिशांनी सामाजिक समस्या बाजूला सारल्या आणि राजकीय मुद्द्यांवर लक्ष केंद्रित केलं.

विद्युत भागवत यांच्या मते, "वासाहतिक राजकारणाचे दोन घटक होते ते म्हणजे हिंदू संस्कृतीचे स्खलन आणि हिंदू स्त्रीची दडपणूक; जिला संरक्षण आणि हस्तक्षेप गरजेचे आहेत आणि ते वासाहतिक राज्यसंस्थेने केले पाहिजे. तिसरा घटक होता तो म्हणजे हिंदू पुरुष बायकी, बायले अथवा स्त्रैण आहेत म्हणून ते स्वत: राज्यकर्ते होण्यास अक्षम आहेत. हे तीनही मुद्दे लक्षात घेतले तर, नैतिक वर्चस्वाच्या पायावर भारतातील ब्रिटिश सत्तेचे समर्थन करणे शक्य झाले."

"वसाहतवादी वर्चस्वाची रणनीती ह्यानंतर मग 'दुबळ्या' आणि 'उदासीन' हिंदू स्त्रियांचे 'संरक्षण' अशी ठरली आणि लिंगभावाचे चित्रण हे वसाहतवादी प्रशासकांच्या दृष्टीने, मिशनऱ्यांच्या दृष्टीने आणि इतर अनेक शक्तींच्या दृष्टीने नैतिक दावे करण्याचे साधन झाले." (मणी १९८९; ओ हॅनलॉन १९९१)

ब्रिटिशांच्या धोरणाने स्त्रीप्रश्नांचा विचार ऐरणीवर आला. त्याकडे पाहण्याचा दृष्टिकोन बदलला. नव्या विचारांचे वारे वाहू लागले. पण दुसऱ्या बाजूने पाहिलं तर सरसकट परंपरा वाईट ठरवल्या गेल्याने, सर्व स्त्रिया म्हणताना उच्च जातीच्या तागडीतल्या फक्त मोजक्या स्त्रियांचाच विचार केल्याने पूर्ण इतिहासाचीच सांगड तुटली. सोयीचा इतिहास रचण्याचं काम त्यातूनच झालं आणि ते कौटुंबिक परिघाबाहेरच्या स्त्रियांसाठी पूर्णत: गैरसोयीचं ठरलं.

राष्ट्रवादी मंडळींनी सुवर्णयुगातील काल्पनिक समाज निर्माण केला. भूतकाळाची पुनर्बांधणी करत इतिहास नव्यानं लिहिण्याची धडपड केली. उमा चक्रवर्ती यांच्या मते,

भारतीय सुवर्णयुगात मुक्त, शूर, दणकट, भयहीन, राजेशाही आणि खोलवर आत्मशक्ती असलेले पुरुष होते आणि सुशिक्षित, मुक्त, उच्चदर्जाची संस्कृती असणाऱ्या आणि आत्मिक उन्नतीची ओढ फक्त भौतिक संपत्तीपेक्षा अधिक असणाऱ्या स्त्रिया होत्या, असं उदात्त, उन्नत चित्र रंगवण्यात आलं. भारताला 'माता' मानलं गेलं आणि या मातेची अब्रू आणि अस्मिता टिकवण्याची जबाबदारी अर्थातच स्त्रियांकडे सोपवण्यात आली. मैत्रेयीसारख्या आत्मशक्ती असलेल्या, गार्गीसारख्या ज्ञानी, सीतेसारख्या सहनशील, सावित्रीसारख्या श्रद्धावान आणि लक्ष्मीबाईसारख्या लढवय्या अशा गुणांचं मिश्रण असलेल्या आदर्श स्त्रिया याच खऱ्या संस्कृतीरक्षक असतात, अशी मांडणी करण्यात आली.

चटर्जी यांच्या मते, "वसाहतकाळातील बहुसंख्य माणसे ज्या परिस्थितीत जगत होती त्या परिस्थितीच्या अगदी विरोधात, विशेषत: सर्वसामान्य स्त्रीच्या जगण्याच्या अगदी विरोधात, नव्या स्त्रीचे चित्रण केले गेले. 'सर्वसामान्य' स्त्री ही ओबडधोबड, ग्राम्य, मोठ्या आवाजात बोलणारी, भांडखोर, श्रेष्ठ नैतिक जाणीव नसलेली, लैंगिकदृष्ट्या सैल आणि पुरुषांच्या हिंसक आणि शारीरिक दडपणुकीची बळी असे चित्रण होते. स्त्रियांची अध:पतीत परिस्थिती हीच नेमकेपणाने राष्ट्रवाद्यांनी सुधारण्याचा दावा केला." (भागवत, विद्युत; *लिंगभाव अभ्यास : भारतातील सिद्धांकन*)

निमूटपणे अन्याय अत्याचार सहन करणाऱ्या आणि ब्र न उच्चारणाऱ्या अशाच स्त्रिया याच भारतीय स्त्रियांचं प्रातिनिधिक रूप मानल्या गेल्याने ब्रिटिशांचा भारताला मागास ठरवण्यातल्या एक मुख्य मुद्दा अधोरेखित झाला. विद्रोही स्त्रियांचे आवाज रीतसर दडपले गेले, इतकंच नव्हे तर ते भारतात अस्तित्वातच नव्हते अशी मांडणी करण्यात आली. या विरोधात आदर्श भारतीय स्त्री, सुशिक्षित स्त्री, अभ्यासू व विचारी स्त्री भारतात प्राचीन काळी अस्तित्वात होती हे दाखवण्याचा अट्टहास निर्माण झाला. त्यात गार्गी, मैत्रेयी, लोपामुद्रा इत्यादी ब्राह्मण, क्षत्रिय स्त्रियांचीच उदाहरणं ठळकपणे उद्धृत करण्यात आली; कला, व्यवसाय, व्यापार इत्यादी अनेक क्षेत्रांमधल्या इतर जातिधर्मांच्या शेकडो स्त्रियांचं अस्तित्वच ध्यानात घेतलं गेलं नाही. दुबळी, बिचारी, परकीय आक्रमणांची बळी ठरलेली स्त्री हीच 'भारतीय नारी' म्हटल्यावर आपली व आपल्या देशाची प्रतिमा उजळवण्यासाठी तिच्या उद्धाराची गरज सुधारकांना भासू लागली. यात दुबळ्या, बिचाऱ्या नसणाऱ्या स्त्रिया हा मोठा अडसर ठरतील हे ध्यानात आल्यावर त्यांना अनैतिक, व्यभिचारी, स्वैराचारी, स्त्रीत्वाला कलंक असलेल्या, अपवित्र इत्यादी ठरवून समासात ढकलणं अपरिहार्य होतं.

केतू कात्रक यांच्या मते, "अधिक धाडसी, कमी उदासीन, कमी पड खाणाऱ्या स्त्रिया भारतीय इतिहासात आणि आख्यायिकांमध्ये होत्या आणि त्यातून स्त्रीच्या अस्मितेची प्रारूपे तितक्याच समर्थपणे उभी करता आली असती." (भागवत, विद्युत; *लिंगभाव अभ्यास : भारतातील सिद्धांकन*) पण हे होणं पुरुषांच्या सोयीचं नव्हतंच.

देवदासी मंदिरातलं पवित्र वातावरण दूषित करतात, त्यांची नृत्यं कामुक मुद्रांनी भरलेली असतात, त्यांची गीतं अश्लील असतात, हे मुद्दे या काळात सुधारकांनी पुन:पुन: मांडले आणि ह्या नर्तकी समाजातल्या नैतिकतेसाठी धोकादायक आहेत असं ठामपणे सांगितलं. ख्रिश्चन मिशनऱ्यांनी इंग्रजांना अशा समारंभांवर बहिष्कार घालण्यास सांगितलं आणि देवदासींची निंदा केली. सुरुवातीला शहरी भागात श्रीमंत वर्गात आणि वरच्या जातींमध्ये हा विचार पोहोचला; पुढच्या टप्प्यावर अस्पृश्यांच्या विकासाची कल्पना मांडली गेली तेव्हा तो ग्रामीण भागातही पसरला. देवदासी प्रथा नष्ट करण्यासाठी शासनाने हस्तक्षेप करावा असा मुद्दा त्यातून पुढे आला.

राष्ट्रवाद्यांनी देवाला वाहिलेल्या स्त्रियांना 'वेश्या' संबोधलं जाण्यास कडाडून विरोध केला; मात्र दुसऱ्या बाजूने "आजच्या अशा स्त्रिया भ्रष्ट झाल्या असून, अनैतिक वर्तन करतात," असं म्हणत त्यांच्या नृत्याला विरोध केला. त्यांच्या कला अभिजात बनवून कुलीन स्त्रियांकडे वळवण्यात आल्या.

देवदासी प्रथा ही खालच्या जातीच्या स्त्रियांचं लैंगिक शोषण करणारी आहे, असं म्हणत ब्राह्मणेतरांच्या चळवळींनी हिंदू धर्मावर टीका सुरू केली व या प्रथांवर बंदी आणण्याची मागणी केली; या चळवळींना अनेक देवदासी घराण्यातील पुरुषांनी आपल्या भौतिक फायद्यांसाठी सहमती नोंदवली.

सामाजिक शुद्धता आणि नृत्यविरोधी आंदोलन यांतून देवदासी प्रथा निर्मूलनाचा मुद्दा पुढे आला. ब्रिटिश शासनासाठी तो डोकेदुखी बनून राहिला. धार्मिक गोष्टींमध्ये दखल द्यायची नाही असा निर्णय घेतलेला असला तरी नियंत्रक म्हणून शासन सकारात्मक हस्तक्षेप करतच राहिलं. ख्रिश्चन मिशनऱ्यांचा दबाव हे त्याचं एक मुख्य कारण होतं. चुकीच्या रुढीपरंपरांना बदलण्यासाठी कायदे केले जात होते. दुसऱ्या बाजूने गांधीजी हिंदूंच्या आदर्श आचरणासाठी काही नियम बनवू पाहत होते. देवदासींचं मंदिरातील वास्तव्य हे शास्त्रसंमत आहे की, ती केवळ एक प्रथा आहे हे निश्चित ठरेपर्यंत शासनाला विधेयक मंजूर करता येत नव्हतं. शासनाच्या मते, दोष प्रथेत नसून प्रथेच्या चुकीचा वापर करण्यात होता. त्यामुळे प्रथेत सुधारणा व्हावी, तिचं निर्मूलन गरजेचं नाही, असं शासनाचं

मत होतं. धर्म हा अत्यंत विस्फोटक मुद्दा असतो त्यामुळे धार्मिक भावना दुखावतील असे कुठलेही कायदे न बनवणं व अशा प्रश्नांमध्ये हस्तक्षेप न करणं हेच शासनाच्या दृष्टीने उचित होतं. मग देवदासींचं काम वैध-अवैध ठरवण्याची जबाबदारी राष्ट्रवाद्यांकडे आली. त्यांनी स्त्रियांमधले भेद नष्ट न करता ते कायम ठेवण्याचीच भूमिका निवडली. वेश्याव्यवसाय अनैतिक ठरवून कायद्याने दडपला आणि देवदासींची नृत्यं बेकायदेशीर ठरवून हळूहळू त्यांना मंदिराबाहेर हाकललं.

हे सर्व ज्या घटनांमधून घडलं त्याचा कालानुक्रमे आढावा पुढीलप्रमाणे –

- देवदासी गुप्तरोगाचा प्रसार करतात म्हणून ही प्रथा नष्ट करण्यासाठी कायदा बनावा असं मत १८६८ साली पहिल्यांदा मांडलं गेलं. त्याचं उत्तर म्हणून देवदासींनी, वेश्यांहून आपला पेशा वेगळा असल्याचं निवेदन गव्हर्नरला पाठवलं. सरकार त्यांच्यावर इमॉरल ट्रॅफिक अॅक्ट सी भारतीय दंड संहिता कलम ३७२-३७३ देखील लावू इच्छित होतं. कुटुंब हीच सर्वांत महत्त्वपूर्ण संस्था मानून त्या बाहेरील सर्व घटकांना सावज बनवलं गेलं. मंदिरातील देवदासींसोबतच जोगतिणी, बेसवी आणि मुरळी ह्यांनाही ह्या कायद्याच्या कचाट्यात आणलं गेलं.
- सन १८८१ मध्ये विरसालिंगम ह्यांनी मद्रासमध्ये ख्रिश्चन आणि हिंदूंची संयुक्त मोहीम उभारली. मुळात ह्या स्त्रिया ईश्वराच्या सेवेत समर्पित असलेल्या कुमारिका होत्या, मात्र परकीय आक्रमणे सुरू झाल्यावर त्यांचा दर्जा घसरत गेला, असा इतिहास विरसालिंगम आणि वेंकटरत्नम् नायडू ह्यांनी मांडला. अॅनी बेझंट ह्यांनी तर देवदासीला रोममधील कॅथलिक नन समान / समकक्ष मानलं. त्यांच्या ह्या मताला मुथ्थुलक्ष्मी रेड्डी यांनी मान्यता दर्शविली. अनंत कृष्ण अय्यर ह्यांनी देवदासींना 'गृहिणींचं सुरक्षा कवच' म्हटलं; त्यांनी वेश्या आणि देवदासी ह्यांच्यातला फरक पाहिलाच नाही.

१८९३ मध्ये विरसालिंगम ह्यांनी मद्रास हिंदू समाज सुधारक संघटनेच्या वतीने मद्रास सरकारला एक निवेदन दिलं. त्यावर २००० लोकांच्या सह्या होत्या. ह्यातूनच नृत्य विरोधी आंदोलन सुरू झालं. त्यात पुढील मुद्दे मांडले गेले होते :

१. भारतीय समाजात स्त्रियांचा एक विशिष्ट वर्ग नर्तकी म्हणून ओळखला जातो.

२. त्या वेश्या आहेत.

३. त्यांना लोकाश्रय आहे. विवाहादी प्रसंगी पाहुण्यांचं मनोरंजन करण्यासाठी त्यांना प्रतिष्ठेने बोलावलं जातं. त्यांना लोकांकडून समर्थन आणि प्रोत्साहन मिळतं.

४. समाजाच्या नैतिक पतनासाठी त्याच जबाबदार आहेत. त्यांच्यामुळे कुटुंबपद्धती उद्ध्वस्त होते, जिच्या पायावर राष्ट्र मजबूत होत असतं. त्या पुरुषांच्या चारित्र्य हननाला व आर्थिक दुरवस्थेला जबाबदार आहेत.
५. ही एक साधी प्रथा आहे. प्राचीन काळात ती प्रचलित असल्याचा पुरावा नाही आणि तिला धर्माची मान्यताही नाही. त्यामुळे ही प्रथा पारंपरिक सन्मान लाभलेली असू शकत नाही.
६. भारतात सुशिक्षित वर्गात ह्या प्रथेविषयी संताप व्यक्त होत आहे. ५ मे १८८३ रोजी मद्रास मध्ये झालेल्या जाहीरसभेत ह्याविषयी चर्चा झाली.
७. ह्या निवेदनावर सह्या करणारे लोक ह्या अनैतिक आणि नुकसानकारक प्रथेला ठोस विरोध करत जाहीर करत आहेत की, ते कोणत्याही उत्सवात नर्तकींना बोलावणार नाहीत आणि ज्या कार्यक्रमांना नर्तकींना बोलावलं असेल त्यात सहभागी होणार नाहीत.
८. आम्हांला पक्की खात्री वाटते की अशा प्रकारचे सामाजिक वैगुण्य नष्ट करण्याच्या प्रयत्नात आपलं शक्य ते सहकार्य मिळेल.
९. आम्ही आपल्याला मद्रास प्रेसिडेन्सीचे अधिकारी आणि मान्यवर प्रमुख त्याच सोबत माननीय महाराणींचे (शुद्धता व पावित्र्य ह्यांचं उदाहरण) प्रतिनिधी मानून, जिथं नर्तकींना बोलावलं गेलं असेल अशा कुठल्याही कार्यक्रमात सहभागी होऊ नये, असं आवाहन करतो आहोत. त्यामुळे समाजातील कुप्रथा नष्ट करण्याचा विडा उचललेल्या आमच्यासारख्या लोकांना बळ मिळेल.

विरसालिंगम ह्यांनी देवदासींविषयी 'वेश्या प्रिय प्रहसनम्' नावाचं एक नाटकंही लिहिलं आणि अनेक लेख लिहिले. त्यातून देवदासींच्या विरोधात अनेक व्यक्तिगत व सामूहिक बहिष्कार वाढत गेले. नृत्याला प्रोत्साहन न देण्याच्या शपथा सुधारकांनी व साहित्यिकांनी घेतल्या. शासनाने हस्तक्षेप करून नृत्यं थांबवावीत आणि नृत्याविरोधात जनमत तयार करावं असे त्यांचे प्रयत्न होते. खासकरून मद्रासमध्ये असलेल्या नर्तकींची श्रीमंती आणि त्या जोरावर त्यांनी राजकारणात स्थान मिळवण्याची शक्यता ह्याचा तिरस्कार आणि भयदेखील ह्या लोकांना वाटत होतं. त्यांना मतदानाचे अधिकारही दिले जाऊ नयेत, अशीही मतं मांडली गेली.
सरकारवर बाह्य शक्तींचाही दबाव होता. त्यात स्वमतप्रसारवादी ख्रिश्चन आणि शुद्धतावादी आंदोलन सर्वांत प्रमुख होतं. छावणी भागात वेश्यांची संख्या वाढल्याने संक्रमक गुप्तरोग

होत असल्याचा आरोप करून ख्रिश्चन मिशनऱ्यांनी 'हाउस ऑफ कॉमन'मध्ये जबाब मागितला. स्त्रीवादी आणि उदारवादी लोकही मिशनऱ्यांच्या सोबत आले. हे दबाव सरकारसाठी अपमानजनक होते. १८९० पर्यंत सरकारचं ह्या वादावरील नियंत्रण सुटलं. व्हॉईसरॉयने वरील निवेदनात व्यक्त झालेल्या चिंतांमागच्या सद्हेतूविषयी सहमती नोंदवली, मात्र सुचवलेल्या उपायांवर निर्णय घेता येणार नाही असं सांगितलं. त्यांनी स्वत: पाहिलेल्या पारंपरिक नृत्यांमध्ये काही आक्षेपार्ह आहे असं त्यांना वाटलं नव्हतं. 'ही नृत्यं युरोप व भारतात व्यावसायिक पातळीवर सारखीच असून त्यात काही अनैतिक वाटत नाही,' असं गव्हर्नरांनीही म्हटलं. लॉर्ड कर्झननेही ह्या सुधारकांच्या मुद्द्यांना भाव दिला नाही.

दुसऱ्या बाजूने नृत्यविरोधी आंदोलनाचे टीकाकार होते. त्यांनी टीका केली की, देवदासींना प्रोत्साहन द्यायचं नाही असं म्हणून नृत्यविरोधकांनी काय मिळवलं? गेल्या पन्नास वर्षांच्या काळात नृत्यमंडळ्यांचा नायनाट केलाच, पण या कलेचे एकमेव साधकही नष्ट केले. भरतनाट्यम् करणाऱ्या निपुण स्त्रियांच्या तीन पिढ्या ह्या काळात तयार व्हायला हव्या होत्या. पण चांगल्या घरातील एकही स्त्री ह्या काळात भरतनाट्यम्मध्ये पारंगत झालेली दिसत नाही. समाजाच्या दोषासाठी कलेला दंड देण्याची काय आवश्यकता होती? भरतनाट्यम्सारखी मोठी परंपरा काही अतिउत्साही सुधारकांच्या पायी नष्ट होण्यासाठी सोडता येणार नाही.

त्यांचा दुसरा मुद्दा असा होता – सुधारकांकडे निश्चित उद्देश नाही, स्पष्ट कार्यशैली नाही आणि भारतीय नृत्यशैलीचं ज्ञानही नाही. मंदिरात नृत्य करणाऱ्या देवदासींखेरीज ज्या इतर प्रकारच्या देवदासी होत्या त्यांच्याकडे सुधारणावाद्यांनी लक्ष दिलं नाही. जोगिणी, बेसवी इत्यादी विभागातल्या आणि तुलनेत खालच्या जातीतल्या व अस्पृश्य स्त्रिया त्यांच्या 'मंदिराचं पावित्र्य राखणं' ह्या हेतूमुळे सुधारणेच्या चळवळीत आल्याच नाहीत. त्यांची देवाशी लग्नं लावणं वा त्यांना देवाला अर्पण करणं घडतच राहिलं.

● नृत्यविरोधी आंदोलनं व कायदे झाले तेव्हा या दोन्हींमधील गोंधळाने बरेच वादविवाद झाले. अर्थात, मंदिराशी निगडित नर्तकींना धार्मिक स्थानामुळे आपण बाकी नर्तकींपेक्षा अधिक वरच्या दर्जाच्या आहोत असं वाटत असे. ह्या दोन्ही प्रकारातल्या स्त्रिया उदार, दानशूर, लोककल्याणाची कार्यं करणाऱ्या, कलावंत, साहित्यिक असल्यामुळे सत्ताधारी व इतर प्रतिष्ठित लोकांवर प्रभाव टाकणाऱ्या होत्या. सामाजिक व सांस्कृतिक क्षेत्रांतलं त्यांचं योगदान पाहता स्वातंत्र्यलढ्याच्या काळात त्या राजकीय सत्ताही बळकावू शकतील

आणि आपल्या स्पर्धक ठरतील असं भय पुरुषांच्या मनात निर्माण झालं इतक्या त्या सबल होत्या. त्यामुळे राष्ट्रवादी आणि सुधारणावादी अशा दोन्ही गटांमधील पुरुष अस्वस्थ झाले होते. स्वतंत्र निर्णय घेऊन जगणाऱ्या आणि आपल्या लैंगिकतेवर दुसऱ्या कुणाचंही नियंत्रण राहू न देता केवळ स्व नियमन करणाऱ्या ह्या स्त्रियांचं भय उच्चपदस्थ, उच्चजातीय पुरुषांच्या मनात निर्माण झालं.

● १८८३ मध्ये श्रीनिवास चारलू ह्यांनी 'मंदिरांचं पावित्र्य' ह्या मुद्द्याचा विचार करताना, 'धार्मिक कर्मकांडांमध्ये ह्या स्त्रियांची नृत्यं नकोत' असं ठरवून त्यांना मंदिरातून हाकलून लावलं आणि देवदासींच्या नेमणुका मंदिरात केल्या जाऊ नयेत असं जाहीर केलं. १८९८ साली त्यांचा निर्णय मान्य करण्यात आला.

● मंदिरं पवित्र व्हावीत म्हणून मंदिरातील नर्तकींना कामावरून काढून टाकण्याचा आणि मंदिर पवित्र करण्याचा आदेश म्हैसूर रियासतीने १८९३ साली दिला आणि १९१० साली देवदासी प्रथा बंद करण्याचा पहिला कायदाही केला.

"या पद्धतीला धर्मशास्त्राची संमती आहे किंवा काय, हे पाहण्यासाठी त्यांनी शास्त्री-पंडितांची एक समिती नेमली. हिंदू धर्मशास्त्रात या प्रथेला मुळीच आधार नाही, असा एकमुखी निर्णय त्या समितीने दिला. मग म्हैसूर सरकारने इ. स. १९१० साली ही प्रथा कायद्याने बंदी केली. पुढे मद्रास, महाराष्ट्र, केरळ, उत्तर प्रदेश इत्यादी प्रदेशांतही तसे कायदे करण्यात आले." (बोरकर, लक्ष्मीदास; *संस्कृतिसंगम* ; कामकल्प; – रंभा, फेब्रु. १९६२)

● "आजार झाल्यावर उपाययोजना करण्यापेक्षा ते होऊच नयेत याची काळजी घेतली पाहिजे," असं वेंकटरत्नम् नायडू यांचं म्हणणं होतं. त्यांच्या चळवळीला राष्ट्रीय सोशल कॉन्फरन्सचा पाठिंबा मिळाला. १८९५ सालच्या नवव्या कॉन्फरन्समध्ये देवदासींची निंदा करून, त्यांच्यावर बहिष्कार घातला जावा, असा ठराव संमत करण्यात आला. देवाला मुली अर्पित करणं आणि त्या नावावर त्यांना वेश्याव्यवसायात ढकलणं हे कृत्य निंदनीय ठरवण्यात आलं. देवदासींनी आपला पारंपरिक व्यवसाय सोडून सामान्य, घरगुती जीवन जगावं; पुरुषांशी केवळ आत्मिक संबंध ठेवावेत आणि परावलंबी जीवन जगण्याची प्रवृत्ती बदलावी असं आवाहनही करण्यात आलं.

● मुज्जरई मंदिरांमध्ये देवदासींची नियुक्ती करण्यावर प्रतिबंध करणारा आदेश म्हैसूर शासनाने १९०९ साली दिला. त्यात देवदासींना मंदिराकडून दिल्या गेलेल्या जमिनी व भत्ता, इनाम व्यक्तिगत पातळीवर दिलेलं असेल तर ते देवदासींच्याच नावे केलं जावं

असं सांगण्यात आलं. बाकी जमिनी मंदिरांना परत कराव्यात असं आदेशात म्हटलं होतं. जिथं योग्य कागदपत्रं मिळाली नाहीत तिथं सर्व जमिनी मंदिरांकडे गेल्या. देवदासींच्या कुटुंबातील पुरुषांनी जमिनी स्त्रियांच्या नावे करण्याला विरोध केला. त्यामुळे जमिनीवर पूर्ण कुटुंबाचा अधिकार असल्याचा निर्णय सरकारने जाहीर केला. ह्या आदेशाची अंमलबजावणी करताना अनेक गैरव्यवहार झाले. त्यातून कायदेशीर संघर्ष सुरू झाले.

● म्हैसूरची घटना केंद्रस्थानी आली आणि इतरत्रही त्याचे परिणाम दिसू लागले. विरसालिंगम ह्यांनी सुरू केलेलं आंदोलन तेलुगू भाषिक क्षेत्रात वेंकटरत्नम् नायडू ह्यांच्या नेतृत्वाखाली वाढलं. वेश्याव्यवसाय, मद्यपान इत्यादी वाईट गोष्टींना विरोध करणारं 'सामाजिक शुद्धता आंदोलन' म्हणून ते ओळखलं जाऊ लागलं. हृदयपरिवर्तन हा त्यांनी मुख्य मार्ग मानला. राष्ट्राचं नवनिर्माण करण्यासाठी पावित्र्य अनिवार्य आहे, असं त्यांना वाटत होतं. घरगुती व सामाजिक समारंभ, उत्सव, सोहळे ह्यांच्यात देवदासींचा सहभाग आणि प्रतिष्ठित कुटुंबांमधला वावर त्यांनी तिरस्कृत ठरवला.

● मुंबई प्रेसिडेंसी इलाख्यात १८८३ साली जोतिबा फुले यांनी देवाला स्त्रिया वाहण्याच्या प्रथेविरुद्ध मोहीम सुरू करून आपल्या 'दीनबंधू' ह्या मासिकात अनेक लेख लिहिले. बेसवी, जोगतिणी आणि मुरळ्या ह्यांची वाढती संख्या त्यांना काळजीत पाडत होती. ही प्रथा बंद करावी ह्यासाठी त्यांनी कायद्याची मागणी केली. फुलेंनी सत्यशोधक समाजाद्वारे स्त्रियांच्या गुलामगिरीला आव्हान देत, वर्गीय उतरंडीला शह दिला आणि देवदासींचा विचार जाती-आधारित धार्मिक व्यवस्थेतून होणाऱ्या शोषणाच्या अंगानं केला. त्यांनी स्त्री–पुरुष विषमता जातींच्या उतरंडीशी जोडली आणि स्त्रीप्रश्न हे एकूण समाजपरिवर्तनाचा अंगभूत भाग आहेत अशी मांडणी केली. स्त्रीशिक्षण हे सामाजिक परिवर्तनाचे हत्यार आहे, असं मानून स्त्रिया व अस्पृश्यांसाठी पहिली शाळा स्थापन केली व सर्वच जातींच्या स्त्रियांसाठी शिक्षणाचा मार्ग खुला केला. चांगली पत्नी व आदर्श माता बनण्यासाठी, कुटुंबाला हातभार लावण्यासाठी नव्हे तर, स्त्रियांमध्ये मूलभूत चिकित्सक प्रश्न विचारण्याची ताकद निर्माण व्हावी म्हणून स्त्रियांना शिक्षण दिले पाहिजे, असा त्यांचा इतरांहून निराळा आणि अधिक प्रगल्भ विचार होता. त्यांच्या कल्पनेतली आदर्श स्त्री मध्यमवर्गीय उच्चवर्णीय कुटुंबातली तथाकथित पवित्र पतिव्रता नव्हती, तर मधल्या व खालच्या मानल्या गेलेल्या जातींमधली, शेतकरी व इतर कष्टकरी स्त्रियांची कणखर, शिक्षित, स्वावलंबी अशी होती.

जोतिबा फुले यांचे विचार कर्नाटकात ज्या भागात थोडे बहुत पसरले तिथं अस्पृश्यांकडून

सुधारणांचे काही प्रयत्न झाले; मात्र त्याचे कुठलेही लेखी पुरावे उपलब्ध नाहीत.

- जोतिबा फुले यांच्याप्रमाणेच तापी धर्माराव ह्यांचाही विचार वेगळा होता. त्यांनी देवदासींची वर्चस्ववादी भूमिका, धर्म आणि लैंगिकता ह्यांच्यात सांगड घालत; ह्या गोष्टी केवळ मंदिरव्यवस्थेत नव्हे तर लोकांच्या दैनंदिन जीवनातही दिसतात असं मत मांडलं. त्यांनी देवदासींना कौटुंबिक वर्तुळाच्या बाहेर स्त्रीत्वाच्या पारंपरिक प्रारूपात अथवा आदर्श रूपात पाहिलं. देवदासी ह्या हिंदू धार्मिक वा सांस्कृतिक पठडीचा भिन्न हिस्सा होत्या आणि त्यामुळे त्या निरंतर परंपरेचाच एक भाग होत्या, असं ठामपणे मांडलं.
- आंध्रप्रदेशात हैदराबादमध्ये भाग्यरेड्डी वर्मा यांनी १९०६ साली जगन्मित्र मंडळ सुरू करून दलितांमधील अंधश्रद्धा व कुप्रथा नष्ट करण्याचा विडा उचलला. बालविवाह, मद्यपान, देवाला मुली वाहणं यांना विरोध केला. यातून प्रेरणा घेत तेलुगू भाषिक प्रदेशात अनेक संघटना स्थापन झाल्या. मातंगी महासभा, सुनीता बाल समाजम् अशा संस्थाही देवदासी प्रथेविरोधात लढू लागल्या. प्राचीन काळात देवी स्वरूपात कुमारिकेची निवड करणं ही एक पवित्र पद्धत होती, मात्र विलासी वृत्तीच्या लोकांनी तिचा विनाश केला, असं या सुधारकांचं म्हणणं होतं. जातपंचायतींनी या चळवळीत मोठा सहभाग नोंदवला. तरीही इथलं आंदोलन पुरेसं विकसित झालं नाही.
- विठ्ठल रामजी शिंदे ह्यांची भूमिका 'संरक्षणवादी' होती. कौटुंबिक नियंत्रण आणि नैतिक बळ नसल्याने ही प्रथा सुरू राहिली असं त्यांना वाटत होतं. (विठ्ठल रामजी शिंदे; १९७३; पृ. १३७). केवळ शिक्षण, अर्थार्जन आणि नैतिक उत्थान यांमुळे वेगाने बदल घडवता येत नाहीत; त्याबाबत कायदाच व्हायला हवा असं त्यांचं म्हणणं होतं. त्यांनी अशी मांडणी केली होती की, "देवाला वाहण्याच्या चालीचे अप्रत्यक्ष रीतीनेही दुसरे अनिष्ट परिणाम होतात. चांगल्या आई-बापांच्या मुली देवाला वाहिल्यामुळे कसबिणी होतात. इतकेच नव्हे, तर ज्या अगोदरच वेश्या होऊन बिघडलेल्या असतात त्या आपला धंदा अधिक प्रतिष्ठित रीतीने चालावा, मग तो खालच्या लोकांत का होईना आणि समाजामध्ये आपला अधिक राजरोसपणे शिरकाव व्हावा, म्हणून त्या कोणताही विशेष प्रकारचा विधी न करता मुरळ्या बनतात. मुरळ्या वाहण्याच्या या दुष्ट चालीच्या प्रतिकारार्थ इंडियन पिनल कोडाची ३७२ आणि ३७३ ही कलमे असूनही ही चाल अद्याप राहू दिली गेल्यामुळे त्या चालीचे प्रत्यक्ष व अप्रत्यक्ष दुष्ट परिणाम झाले आहेत. ही चाल अद्याप तशीच राहण्याची दोन कारणे अशी आहेत की, तिच्या उलट जो कायदा आहे त्याची अंमलबजावणी सक्तीने होत नाही व या चालीच्या उलट जोराचे लोकमत

प्रक्षुब्ध केले जात नाही. ही चाल केवळ खालील जातींमध्येच आहे म्हणून तिच्या संबंधाने काही तीव्र उपाय योजण्याचे कारण नाही, असेही दाखवण्यात आले आहे.'' (विठ्ठल रामजी शिंदे : व्याख्याने आणि उपदेश; संपादक : बी. बी. केसकर, मुंबई, १९१२; पृ. ९०-९४)

"डॉ. भांडारकर आणि मंडळी धर्मशास्त्रानभिज्ञ असल्यामुळे वेश्या वर्ग नाहीसा झाल्यास धर्मसंबंधी काय अडचणी येण्याचा संभव आहे, हे त्यांना कळत नाही. कोणी मनुष्य पतित झाल्यास घटस्फोट विधी करावा लागतो; व तो घट वेश्येने आणावा लागतो. त्याचप्रमाणे विवाहामध्ये नववधूकरिता जे मंगलसूत्र ओवावयाचे असते, ते वेश्येकडून ओववून घेण्याचा आचार आहे. यज्ञातील शामित्रकर्म प्राय: वेश्यापुत्राकडून करवीत असतात. ह्या व अशाच प्रकारच्या अनेक धर्मसंबंधी गोष्टी लक्ष्यात घेतल्या असता मुरळ्यांच्या विरुद्ध वाजवीपेक्षा जास्त हाकाटी करण्याचे प्रयोजन नाही.'' (लेले, का. वा. (भाऊशास्त्री); धर्म (वाई), गुरुवार, ता. १३.९.१९०६; पृ. ४९-६०) –असे युक्तिवाद देखील दुसऱ्या बाजूने केले गेले.

- स्त्रियांचे प्रश्न सोडवण्यासाठी १९१७ पासून स्त्रियांचे भारतीय संघटन (१९१७), भारतीय स्त्रियांचे राष्ट्रीय कौन्सिल (१९२५), अखिल भारतीय स्त्रियांची परिषद (१९२७), अंजुमन-ए-खवातीन-ए-इस्लाम इत्यादी विविध संघटना निर्माण झाल्या. तसंच भारतीय राष्ट्रीय काँग्रेसने शेतकरी, कामगार आणि स्त्रीसंघटनांना एकत्र आणण्याचे प्रयत्न सुरू केले. उच्चवर्गातील, उच्चजातीय, सुशिक्षित असलेल्या मोजक्या स्त्रिया राजकारणात प्रवेश करू लागल्या. त्यांच्याच जोडीने काही देवदासीही राजकारणात प्रवेश करू पाहत होत्या.
- महाराष्ट्रात १९२० मध्ये कोल्हापूर रियासतीने देवाला मुली वाहणे हे बेकायदेशीर असल्याचं जाहीर केलं. त्यानुसार देवदासींचे सर्व अधिकार काढून घेतले गेले. त्यांच्या पुनर्वसनाची कुठलीही व्यवस्था करण्यात आली नाही.
- १९२०-३०च्या दशकांमध्ये आत्मसन्मान - केंद्रित अब्राह्मणी प्रेक्ष्यातून जातजन्य विषमतेविरोधी भूमिका घेत इ. व्ही. रामस्वामी नायकर (१८७९-१९७३) ह्यांच्या नेतृत्वाखाली चळवळ सुरू केली. देवदासींचा स्वत:च्या संपत्तीवरचा अधिकार संरक्षित व्हावा आणि त्यांच्या मुलांना औरस मुलांप्रमाणेच अधिकार मिळावेत, अशा अधिक 'विद्रोही' आणि 'लोकशाहीवादी' मागण्या त्यांनी केल्या.
- ह्याच काळात गुंटुर जिल्ह्यातल्या मादला गावात मंदिरांच्या व्यवस्थापकांनी फूस

लावल्याने धोब्यांनी देवदासींच्या विरुद्ध निदर्शनं केली. त्या वेतनपट्टे तर घेतात, पण मंदिरात नृत्य करायला येत नाहीत, अशी त्यांची तक्रार होती. दबाव वाढल्याने अखेर तीन वर्षांनी पुन्हा देवदासी नृत्य करायला येऊ लागल्या. मुलींना देवाला वाहणं आणि मंदिर व्यवस्थापक व पुजाऱ्यांच्या हवाली करणं देखील सुरू झालं.

● कर्नाटकातल्या देवराय इंगळे यांचे विचार अधिक तार्किक व विवेकी होते. त्यांत तत्त्वज्ञान नसलं, तरी वास्तवाच्या जवळ जाणारे व जहाल होते. मुलांची गलिच्छ नावं ठेवली जाऊ नयेत, मृत जनावरांचा खाण्यासाठी वा इतर उपयोग करू नयेत, मुलांचं शिक्षण व्हावं व मुलींना देवाला वाहणं बंद करावं या मुद्द्यांवर त्यांनी खूप काम केलं. उत्तर कर्नाटकांत आंबेडकरांचा परिचय त्यांनीच करून दिला. जोगती व बेसवी प्रथेविरोधात ते झगडले. नाटक व गीतांचा त्यांनी आपल्या विचारांच्या प्रसार प्रचारासाठी उपयोग केला. देवी ब्राह्मण वा लिंगायत मुलींची मागणी का करत नाही, असा थेट प्रश्न विचारणारे ते पहिले आंदोलक होते. 'जोगती' हे त्यांचं नाटक गावागावांमधून गाजत होतं. देवाला वाहिलेल्या स्त्रिया नंतर शहरांमध्ये – महानगरांमध्ये जाऊन वेश्या कशा बनतात, हे नाटकाआधी भाषण करून ते स्पष्ट सांगत. परडी, जग अशी देवीची पवित्र प्रतीकं मानली जाणाऱ्या वस्तूंचा सांकेतिक अपमान यावेळी केला जाई. या वस्तू कचऱ्यात फेकणं वा लहान मुलांना त्यावर लघवी करायला सांगणं वगैरे थेट कृत्यं मोठी परिणामकारक ठरत. त्यातून देवीचा कोप होईल असं भय व अंधश्रद्धा वेगाने दूर होऊ लागल्या. दुसरीकडे, वरच्या जातीच्या लोकांचा संताप व विरोधही वाढला. पण देवरायांनी पोलिसांची मदत घेऊन नाटकांचे प्रयोग सुरूच ठेवले.

१२ नोव्हेंबर १९२४ रोजी झालेल्या एका सभेत बोलण्यासाठी त्यांनी आंबेडकरांना आमंत्रित केलं. यल्लम्मा, खंडोबा आदी देवांना मुली वाहणं हे पापकृत्य आहे, असं या सभेत जाहीर करण्यात आलं. १२ एप्रिल १९२५ रोजी निपाणी इथं झालेल्या मुंबई इलाका प्रांतिक बहिष्कृत परिषदेच्या १११ व्या अधिवेशनाच्या वेळी बोलताना आंबेडकरांनी या समाजाच्या ऱ्हासाची कारणं सांगितली. मुलींना मुरळी बनवणं, हे त्यातलं एक कारण होतं. आपल्या मुली, बहिणींना वेश्याव्यवसायाच्या खातेऱ्यात लोटून त्यांच्या जीवावर जगणाऱ्या पुरुषांनाही त्यांनी चांगलंच फटकारलं. ते केवळ त्या स्त्रियांचेच नव्हे, तर पूर्ण समाजाचे शत्रू आहेत, असं मत मांडलं. देवरायांच्या अनेक कार्यकर्त्यांनी मुरळ्यांशी लग्न करण्याची तयारी दाखवली.

● सुधारकांच्या आंदोलनांमधलं एक मोठं नाव एका स्त्रीचं होतं – एस. मुथ्थुलक्ष्मी

रेड्डी ! लेडीज नॅशनल असोसिशनच्या जोसेफाईन बटलर यांनी वेश्याव्यवसायाच्या विरोधात उघडलेल्या मोहिमेने त्या प्रभावित झाल्या होत्या. स्वातंत्र्यलढ्यात सहभागी होताना गांधीजींच्या विचारांचाही प्रभाव त्यांच्यावर होता. मुथ्थुलक्ष्मी रेड्डी यांच्या मते, अर्धनारीश्वराची कल्पना ही स्त्री–पुरुष समानतेची कल्पना होती, त्यामुळे हिंदू धर्मात स्त्रीला प्रतिष्ठेचंच स्थान आहे, असं त्या ठासून सांगत राहिल्या. देवदासी प्रथा काही विशिष्ट समाजांपुरत्या मर्यादित नसून पूर्ण भारतात आहेत, असा त्यांचा युक्तिवाद होता. देवदासींनी आदर्श पितृसत्तात्मक परंपरेनुसार 'समर्पित पत्नी, चांगली आई आणि आदर्श नागरिक' होणं आवश्यक होतं. त्यानुसार देवदासींचा विरोध करण्यापलीकडे जाऊन त्यांच्यात सुधारणा करणं ही आदर्श कल्पना मुथ्थुलक्ष्मी रेड्डीच्या मनात होती. त्यातून त्यांनी देवदासी प्रथा निर्मूलन चळवळ सुरू केली. देवदासी म्हणजे हिंदुत्वावरचा आणि मंदिरावरचा डाग आहेत, तो नष्ट केला पाहिजे, असं त्यांचं मत होतं. त्यांनी देवदासींचं ज्या स्वरूपात चित्रण केलं ते जवळपास वेश्यांसारखंच होतं. वेश्या आणि धार्मिक वेश्या असा एकाच शब्दाचा त्यात फरक होता. धर्म, रिती, परंपरा, कर्म ह्यांच्या आधारे टिकलेल्या वेश्या म्हणजे देवदासी अशी त्यांची व्याख्या होती. लहान वयातच या मुली नाडल्या जाऊन एका अधम व्यवसायाचा घास बनतात आणि नाइलाजाने पापी, अपराधी व अपमानास्पद आयुष्य जगू लागतात; त्यांच्यामुळे संसर्गजन्य गुप्तरोगांचा प्रसार होतो; म्हणून 'देवाशी लग्न म्हणजे वेश्या व्यवसायात पदार्पण होय' असं म्हणत, हे न मानणाऱ्या शासनाला त्यांनी जोरकस विरोध केला.

'देवदासी वांझ असतात आणि परित्यक्ता वा विधवा स्त्रियांकडून त्या मुली विकत घेतात. मुली देवाला अर्पण केल्या नाहीत, तर देव त्यांना शिक्षा देईल असं त्यांना वाटत असतं. त्यासाठी स्वत:ची मुलं जन्माला न घालता मुली दत्तक घेण्याला त्या प्राधान्य देतात. मंदिरांकडून मिळणारी जमीन व बाकी संपत्तीवरचा वारसाहक्क कायम ठेवतात; आपली कामुकता व स्वतंत्र स्त्री अस्मिता शाबूत राखण्यात त्यांना मातृत्व ही बाधा वाटते आणि प्रजननापासून तोंड फिरवणारी अशी स्त्री ही स्त्रीजातीला कलंक असते...' अशी मतं मुथ्थुलक्ष्मींनी मांडली. प्रत्यक्षात देवदासींनी आपली मुलं जन्माला घातल्याची असंख्य उदाहरणं आहेत. उदाहरणार्थ, तिरूपती मंदिराच्या १५४५ सालच्या एका शिलालेखातही असा उल्लेख सापडतो की लिंगासनी / तिरुवेंकटमविक्कम ही तिरुवेंकटदासीची मुलगी आहे. (प्रियदर्शिनी विजयश्री; *देवदासी या धार्मिक वेश्या ? एक पुनर्विचार* ; २०१०; पृ. ५४)

मुथ्थुलक्ष्मी रेड्डी ह्यांनी ५ /९/१९२९ रोजी विधान परिषदेत १९२६ च्या हिंदू धर्मादाय ॲक्टमध्ये दुरुस्तीचा प्रस्ताव ठेवून विधेयक मांडलं. ते पारित झालं. कलम ४४ मध्ये एक नवा मुद्दा जोडण्यात आला. (जी. ओ. सं. ४०० कायदे विभाग (legis lative), १९ /९ /१९२८) ह्या कायद्यामुळे मंदिरात मुली अर्पण करण्यावर प्रतिबंध लागला आणि त्यामुळे मंदिरात सेवा करण्याच्या बदल्यात त्यांना जी जमीन दिली गेली होती ती परत घेतली गेली. त्यामुळे जमिनीच्या प्रलोभनाने ह्यापुढे कुणी देवाला मुली वाहणार नाही असं म्हटलं गेलं. ह्या बाबतची कारवाई करण्याची जबाबदारी रेव्हेन्यू विभागाकडे देण्यात आली. मात्र ह्यात एक मोठीच त्रुटी अशी होती की, 'देवाला वाहणं हे कृत्य बेकायदेशीर आहे,' असं त्यात म्हटलं गेलं नव्हतं. त्यामुळे इनामाशिवाय इतर कारणांनी अर्पण होणाऱ्या मुलींच्या बाबत परिस्थिती जशीच्या तशीच राहिली.

- १९३०-४० च्या दशकात दुष्काळामुळे बेळगाव, धारवाड, विजापूर मधील अनेक जोगती व बेसव्यांनी महानगरांची वाट धरली. दक्षिणेकडच्या या स्त्रियांना मुंबईत बाजार बसवी म्हटलं जाऊ लागलं. १९३५ सालच्या येवला संमेलनात ऐकलेल्या विचारांनी प्रभावीत होऊन मुंबईच्या दामोदर हॉलमध्ये झालेल्या सभेत कामाठीपुऱ्यातल्या ५०० मुरळ्यांनी धार्मिक शोषणातून मुक्त होण्यासाठी बौद्ध धर्म स्वीकारण्याची इच्छा आंबेडकरांसमोर व्यक्त केली. शिवूबाई वल्द लक्ष्मण जाधव – सोनकांबळे यांच्यासारख्या मुरळी प्रथेला बळी पडलेल्या स्त्रियांनी प्रथेविरुद्ध आवाज उठवला. उच्चवर्गातील स्त्रीजीवन सुधारणेप्रमाणेच अस्पृश्यवर्गातल्या मुरळ्या सोडण्यासारख्या प्रथादेखील बंद केल्या पाहिजेत अशी त्यांची मागणी होती.

आंबेडकरांनी या सभेत व्यक्त केलेली स्त्रीच्या पवित्रतेबद्दलची मतं ही दुर्दैवाने गांधीजींच्या 'आदर्श स्त्री'च्या कल्पनेशी मिळतीजुळतीच होती. या स्त्रियांनी आपल्या गलिच्छ सवयी व वेश्या व्यवसाय सोडावा आणि धर्म परिवर्तनासाठी शरीर, वाचा व हृदय याचं पावित्र्य आवश्यक आहे असं त्यांचं मत होतं. पावित्र्याची महती सांगताना ते म्हणाले, "स्त्री ही समाजाचा दागिना असते. स्त्रीच्या पावित्र्याला सर्व समाजात उच्च स्थान दिलं गेलं आहे. आपली पत्नी सुसंस्कृत घराण्यातली असावी, असं सर्वत्र समुदायामधील पुरुषांना वाटतं. कुटुंबाची प्रतिष्ठा पत्नीच्या वर्तणुकीवरच अवलंबून असते."

देवदासी, मुरळ्या, जोगतिणींच्या १९३६ सालच्या परिषदेत बाबासाहेबांनी 'उपजीविकेसाठीही स्त्रियांनी वेश्याव्यवसाय स्वीकारू नये,' अशी भूमिका घेतली. स्त्रियांनाच दोषी मानणं, त्यांनी स्वत:ला बदलावं अशी अपेक्षा ठेवणं आणि त्या समाजावरचा,

राष्ट्रावरचा डाग आहेत असं समजणं – हे राष्ट्रीय आंदोलनात सुळे / सानी वर्गातल्या देवदासींबाबतही म्हटलं गेलं आणि जोगती, बेसवी, मुरळी वर्गातल्या स्त्रियांसाठीही दलित चळवळींनी म्हटलं. त्या सर्वांसाठीच एक 'अडचण' बनून राहिल्या होत्या.

- सुशीलता, सात्विकता, पावित्र्य, पातिव्रत्य, शुचिर्भूतता यांचा पगडा इतका प्रचंड होता की नेहरू, गांधी, आंबेडकर हे तिन्ही वकील त्या कचाट्यात अडकले. 'खरी भारतीय स्त्री सौंदर्य, डौल, लाघव, सलज्जता, विनय, तीव्र बुद्धी आणि त्याग यांचे मिश्रण आहे,' अशी नेहरूंची आदर्श स्त्रीची व्याख्या होती. (नेहरू; १९५८; पृ.१५३) आंतरधर्मीय, आंतरजातीय विवाहांना मान्यता देणारा विशेष विवाह कायदा; तसेच स्त्रियांना घटस्फोट, संपत्ती, दत्तक याबाबतीत अधिकार देणारे कायदे हे आपलं प्रागतिक पाऊल आहे, असं जवाहरलाल नेहरूंना वाटत होतं. मात्र वीणा मुजमदारांच्या मते, "या तरतुदींमुळे हिंदू स्त्रीचा 'दर्जा' वाढण्यास कदाचित मदत झाली असेल, पण त्यातून समानतेचे तत्त्व पुढे आले नाही. नैसर्गिक पालकत्व फक्त वडिलांनाच देण्यात आलं, कन्यादानासारखा मागास विधी बंद केला गेला नाही आणि (तेव्हा) वडिलार्जित संपत्तीत स्त्रीला अधिकारही नव्हता... या सर्व गोष्टी समानतेच्या नव्हे, तर विषमतेच्या निदर्शक आहेत आणि समानतेचा फक्त आभास निर्माण करण्यात आला आहे." (मुजुमदार, १९९८, पृ. १०)
स्त्री हा समाजातला उत्पादक घटक नसून त्या केवळ उपभोक्ता आहेत असं मानलं गेलं. कुटुंबप्रमुख पुरुष हा त्यांना व मुलांना पोसणारा ठरला. औद्योगिकीकरण झालं तेव्हाही कामगार पुरुष व घर सांभाळणाऱ्या, मुलांचं संगोपन करणाऱ्या स्त्रिया अशी विभागणी झाली.
नेहरूंनी १९२३ साली वेश्याव्यवसायाविषयी एक महत्त्वाची भूमिका घेतली होती. ती वेश्यांकडे जाणाऱ्या पुरुषांविरुद्ध होती. पण प्रत्यक्ष कायदा करताना मात्र या भूमिकेचा विसर पडल्यागत झालं आणि १९६१ सालच्या The Suppression of Immoral of Traffic Act नुसार केवळ वेश्यांनाच गुन्हेगार ठरवून गिऱ्हाइकांना मोकळं सोडलं गेलं.

- गांधीजींची आदर्श स्त्री होती सीता. त्यांच्या मते, "शील, पावित्र्य हा स्त्रियांचा खास गुण आहे. सार्वजनिक जीवनातील अर्थार्जनाचे काम स्त्रियांची शुद्धता आणि प्रतिष्ठा नष्ट करते. म्हणून स्त्रियांनी आर्थिक क्षेत्रात जाऊ नये. सार्वजनिक जीवनात स्त्रीला जर सक्तीने प्रवेश करावा लागला आणि तिची अप्रतिष्ठा झाली, तर तिनं आत्मशक्तीच्या सामर्थ्याने स्वत:चं जीवन संपवावं."

वेश्याव्यवसाय, अनौरस मुलं आणि स्त्रीच्या लैंगिकतेकडे पाहण्याची गांधींची दृष्टी सनातनीच होती. चळवळीत त्यांनी या स्त्रियांना प्रवेश नाकारला; कारण... "ह्या बहिणींनी जी स्व-प्रतिमा बनवून ठेवली आहे ती समाजाच्या नैतिकतेसाठी अनुचित आहे. आम्ही आमच्या हेतूपूर्तीसाठी ओळखीच्या चोरांना संघटनेत सहभागी करू शकत नाही. ह्यातर चोरांहूनही जास्त धोकादायक आहेत; त्यामुळे ह्यांना सामावून घेण्याचा प्रश्नच उद्भवत नाही."

गांधीजी म्हणाले होते, "ह्या स्त्रियांमुळे बारीसत मधील तरुण भ्रष्ट होऊ लागले आहेत, असं मला समजलं आहे. त्यांच्याकडून कुठल्याही सेवा अथवा दान घेऊ नये किंवा त्यांना काँग्रेसचं सदस्य बनवू नये, अशा बाजूचा मी आहे. निदान त्या आपल्या अपमानास्पद आयुष्यातून बाहेर पडत नाहीत तिथपर्यंत तरी. काँग्रेसमध्ये त्यांच्या प्रवेशासाठी कायदेशीर बंधन नाही, तरी मला आशा आहे की लोक त्यांना असं करू देणार नाहीत आणि आपण काँग्रेसचं सदस्य व्हावं असा विचार करू नये इतकी लाज त्यांच्यात शिल्लक असेल. त्यांच्यापर्यंत माझं सांगणं पोहोचेल अशी मला आशा वाटते. त्यांनी काँग्रेसमधून आपलं नाव परत घ्यावं, आपल्या सहभागाची गोष्ट विसरून जावी." (यंग इंडिया; २५ जून १९२५)

गांधीजींची स्त्रीविषयक मतं 'सर्व स्त्रियांसाठी समान' नव्हती. ते स्त्रीच्या लैंगिकतेकडे केवळ 'प्रजनन, वंशवृद्धीचं साधन' म्हणून पाहत होते. त्याखेरीजचे लैंगिक संबंध त्यांच्या दृष्टीने केवळ व्यभिचार होते. तिच्या भूमिका 'अर्धांगिनी' व 'सहधर्मिणी'च्या असल्याने तिनं घर सांभाळून अर्धवेळ नोकरी - व्यवसाय करावा, असं त्यांचं म्हणणं होतं.

"हिंदू धर्मग्रंथांमधील स्त्री-लैंगिकतेबाबतची विसंगत मतं तज्ज्ञांनी अभ्यासावीत आणि त्यातील अनैतिक गोष्टी वगळून धर्मग्रंथांच्या 'सुधारित आवृत्त्या' (हिंदूना मार्गदर्शक ठरतील अशा) प्रकाशित कराव्यात." असं त्यांनी म्हटलं होतं. वैवाहिक जीवनातले वंशवृद्धीखेरीजचे लैंगिक संबंध म्हणजे व्यभिचार, असं गांधीजींचं मत होतं. (यंग इंडिया; १५ सप्टेंबर १९२१ आणि १० एप्रिल १९३०)

त्यांच्या दृष्टीने स्त्री ही साहस, सहिष्णुता, ज्ञान आणि त्यागाचं प्रतीक होती. त्यांच्या मते स्त्री ही पुरुषांहून श्रेष्ठ सजीव होती. त्यामुळे तिनं स्वत:तले 'अवगुण' नष्ट करून सीता, दमयंती, द्रौपदी इत्यादी पात्रांप्रमाणे अनुरूप होणं हे महान स्त्री बनण्यासाठी आवश्यक होतं.

गांधीजींची वेश्यांविषयीची मतं सहानुभूती दर्शवणारी होती. त्या पुरुषांच्या अनैतिक आणि

अनुचित भोगलालसेची शिकार आहेत, असं त्यांचं मत होतं. देवदासी प्रथा हा तर दुहेरी अपराध होता, कारण 'देवाच्या नावावर आपल्या बहिणींना कामतृप्तीसाठी वापरणं' ह्या प्रथेमुळे घडत होतं. लोकेच्छा असती तर ही प्रथा पूर्वीच नष्ट झाली असती असंही त्यांना वाटे. देवदासी, वेश्यांवर असं बंधन घालताना गांधीजींनी त्यांच्याकडे जाणाऱ्या लोकांवर, ग्राहकांवर मात्र काहीच बंधन घातलं नाही. त्यामुळे पुढील काळातही अशी अंतर्विरोधी आणि एकतर्फी भूमिका सांस्कृतिक व राजकीय बदलांचं वैशिष्ट्य बनल्या. सामाजिक / राजकीय चळवळींमध्ये सहभागी व्हायचं असेल तर आपलं पावित्र्य सिद्ध करणारं अग्निदिव्य त्यांच्याचकडून अपेक्षिलं गेलं.

- स्त्री अत्याचारांना पितृसत्ता, त्यातील काही ठरावीक वर्गातील पुरुष जबाबदार आहेत असं न मानता धर्म व धर्मविषयक ग्रंथांमधील मांडणी जबाबदार आहे असं अनेक राजकीय व सामाजिक विचारवंतांनी मानलं. त्यामुळे अत्याचार करणाऱ्या पुरुषांसह, बळी ठरलेल्या स्त्रियाही आपसूकच गुन्हेगार ठरवता येतात. आपलं वर्तन आदर्श बनवण्याचे, स्वत: सुधारणा करून चांगले बदल करण्याचे प्रयत्न करण्याची जबाबदारी बळींवरच थोपता येते. एकीकडे बळींकडे दयेने, करुणेने बघायचं आणि दुसरीकडे त्यांनाच या विपरीत परिस्थितीसाठी जबाबदार ठरवून त्यांनी स्वत:हून या चिखलातून बाहेर पडावं म्हणजेच समाज, शिक्षणसंस्था, राजसत्ता वगैरे त्यांचा स्वीकार करतील अशी अट घालायची, हे किती दुटप्पीपणाचं आहे हे त्या काळातल्या भल्याभल्या विचारवंतांच्याही ध्यानात आलं नाही.
- बॉम्बे प्रेसिडेन्सीमध्ये १ ९ ३ ४ साली हिंदू मंदिरांमध्ये मुली अर्पण करण्यास मनाई करणारं विधेयक मंजूर करण्यात आलं. 'देवदासी मंदिरातील पवित्र वातावरण दूषित करतात, त्याचा अल्पवयीन मुलांवर वाईट प्रभाव पडतो, त्या वेश्याव्यवसाय सुरू करतात आणि खेड्यापासून शहरापर्यंत जिथं जाऊन राहतील तिथं घाण पसरवतात,' – असं त्यात म्हटलं होतं. नंतर त्या वेळच्या मुंबई प्रांताने १ ९ ३ ४ साली व मद्रास प्रांताने १ ९ ४ ७ साली अशाच प्रकारचे कायदे केले.

अस्पृश्य जाती या हिंदू धर्माचा भाग आहेत की नाहीत, ह्यावर ह्या काळात मोठी चर्चा झाली. मात्र गांधीजींनी 'अस्पृश्य' हा शब्द काढून 'हरिजन' हा शब्द वापरत ते हिंदूच असल्याचं ठामपणे मांडलं.

- देवदासी असोसिएशन ह्या संस्थेने १ ९ ३ ९ मध्ये मद्रास शासनाकडे आपल्या पारंपरिक पेशाला कायदेशीर मान्यता मिळावी म्हणून निवेदन दिलं. त्याला पुजाऱ्यांनी

मान्यता दिली. आज ही प्रथा बंद केली तर उद्या देवदासींप्रमाणेच पुजाऱ्यांनाही बाहेर हाकलतील, असा त्यांचा मुद्दा होता.

● १९४७ साली Madras Devdasi Prevertion Of Dedication Act ह्या नावाने एकतिसावा अधिनियम पारित झाला. त्यात देवदासींना स्पष्टपणे वेश्या मानलं गेलं. भोगम्, सानी, नाग व सुळे, देवदासी, कर्मापुलु अशा समुदायांमधील स्त्रियांचा ह्यात स्पष्ट उल्लेख होता. ह्या समाजातील कोणतीही स्त्री कुठल्याही कार्यक्रमामध्ये नाचू वा गाऊ शकणार नव्हती. जर एखाद्या स्त्रीने असं केलं तर तिला वेश्या मानण्यात येईल आणि विवाहासाठी अयोग्य ठरवण्यात येईल, अशी या कायद्यात तरतूद होती. ह्याच सोबत मंदिरं, धार्मिक संस्थानं किंवा देवदेवतांच्या पूजाप्रसंगी देखील ह्या स्त्रियांच्या नृत्य करण्याला प्रतिबंध लावण्यात आला. दोषी स्त्रीसाठी ६ महिन्यांची कैद किंवा ५०० रु. दंड किंवा दोन्हीही अशी शिक्षा निश्चित करण्यात आली.

इ.स. १९४७ मध्ये देवदासी प्रथेविरुद्ध जे बील आलं ते मुथ्थुलक्ष्मी रेड्डी (१८८६ – १९६८) ह्यांनी सर्वप्रथम १९३० मध्ये आणलं होतं. त्यांचे प्रयत्न शेवटी १९४७ साली पूर्णत्वास गेले. धर्मनिरपेक्ष व धार्मिक दोन्ही स्वरूपाच्या कार्यक्रमांमधला सहभाग नष्ट झाल्याने ह्या स्त्रिया बाकी समाजापासून हटल्या, दुरावल्या. धार्मिक संस्थानांवर पुरुषांचं वर्चस्व प्रस्थापित झालं. देवदासी समाजाच्या दृष्टिकोनातून अधिकच तिरस्कृत आणि त्याज्य बनल्या. सुधारणावाद्यांनी त्यांच्या पुनर्वसनासाठी काहीही प्रयत्न केले नाहीत. लग्न किंवा वेश्या व्यवसाय असे दोनच पर्याय या कलावंत स्त्रियांसमोर शिल्लक राहिले.

● कायदेशीर उपायांनी देवदासी प्रथा फारशी रोखली गेली नाही. ८० च्या दशकात त्याबाबत पुन्हा आंदोलनं झाली. पुन्हा काही नवीन कायदे झाले. तरीही लपून छपून आजही मुली देवाला वाहिल्या जातात, त्यांची देवाशी लग्नं लावली जातात. यातल्या अनेक जणी शहरांमध्ये वेश्या व्यवसाय करण्यासाठी येतात. इथं त्यांचं धार्मिक स्थान नष्ट होतं आणि बाकी वेश्यांप्रमाणेच तिरस्कृत व घृणास्पद जीवन त्यांच्या वाट्याला येतं.

● गोव्यात इ.स. १९६९ साली 'भाविणी मुक्ती परिषद' झाली.

● महाराष्ट्रात इ.स. १९७५ साली गडहिंग्लजला महात्मा फुले समता प्रतिष्ठानतर्फे 'देवदासी भगिनी परिषद' भरविण्यात आली.

● महाराष्ट्रात २००८ साली 'देवदासी निर्मूलन व पुनर्वसन' कायदा झाला.

पुनर्वसनाच्या कल्पना

कुठल्याही स्त्रियांबाबत पुनर्वसन हा मुद्दा उद्‌भवला की, आपल्याकडे लग्न हा पहिला पर्याय मानला जातो. जणू लग्न झालेल्या सर्व स्त्रिया स्थिरस्थावर, सुरक्षित, विकसित वगैरेच असल्यागत इतर पर्यायांचा अनेकदा विचारच होत नाही आणि झालाच तर तो दुय्यम मानला जातो. देवदासींच्या बाबतीतही हेच झालं. त्यांची लग्नाखेरीजची नाती कायदेसंमत मानली जावीत, सुधारकांनी त्यांच्याशी लग्नं करून त्यांना चौकटीत आणावं आणि त्यांनी आदर्श भारतीय नारी बनून घरसंसार करावा, अशी अपेक्षा मुथ्थुलक्ष्मींसह अनेकांनी व्यक्त केली. दुसरा पर्याय होता अर्थार्जन आणि तिसरा शिक्षण. म्हणजे शिक्षण, अर्थार्जन, लग्न असा जो क्रम आजकाल सरसकट लावला जातो, त्याच्या अगदी विरुद्ध क्रम.

इ.स. १९२० च्या आसपास सुधारणा आणि पुनर्वसन यांबाबत चर्चा घडू लागल्या. कलावंतिणींची विवाहबद्ध नसलेली नाती सिव्हिल मॅरेज ॲक्टद्वारा वैध ठरवण्यात यावीत, अल्पवयीन मुलींना अनैतिक जीवनाच्या खड्ड्यात पडण्यापासून वाचवावं, विविध प्रसंगी नृत्य करण्यास व्यवसाय म्हणून मान्यता मिळावी, मुलांच्या शिक्षणाची सोय व्हावी, इनामपट्ट्यांची व्यवस्था कायमस्वरूपी व्हावी, अशा मागण्या ७ ऑगस्ट १९२७ रोजी बेल्लारी इथं झालेल्या कलावंथुलु कॉन्फरन्समध्ये करण्यात आल्या. यात समाजातील पुरुषांनी पुढाकार घेऊन वेश्यांशी विवाह करण्याची तयारी दाखवली. हे सर्व कुटुंबाच्या चौकटीत स्त्रियांना आणून बसवायचं आणि पुरुषसत्ता गाजवून त्यांच्या जमिनी, मालमत्ता आपल्या नावांवर करून घ्यायची आणि आपल्यावरचा परावलंबी, निकम्मे असल्याचा आरोप पुसून काढायचा – यासाठीची ही पुरुषांची धडपड होती. नैतिकतेचं प्रमाणपत्र देणं आणि स्तर उंचावणं यांमुळे स्त्रियांना काही चांगला फरक पडणार नव्हता, उलट त्यांच्या हातची सत्ता व मालमत्ता जाणार होती. त्यांच्या लैंगिकतेवर पुरुषांचं नियंत्रण राहणार होतं. परिणामत: हे आंदोलनही फसलं.

यामिनी पूर्णतिलकम् या कलावंथुलु लेखिकेने या विरोधात आवाज उठवला. ती राष्ट्रीय आंदोलनांमध्येही सक्रिय होती. आंध्र प्रोसियल समितीची सदस्य या नात्याने काँग्रेस समितीच्या सभांनाही हजेरी लावत होती. तिने अर्थार्जनासाठी इतर पर्याय निवडण्याचा मुद्दा उचलून धरला. एका अनाथाश्रमाची आणि एका अनाथ महिलाश्रमाची स्थापना केली. पुनर्वसनासाठी शिवणकाम, विणकाम, बुरुडकाम इत्यादींचं प्रशिक्षण तिथं दिलं जाऊ

लागलं. या कामासाठी दासी चेंचैयाने तिला आर्थिक मदत केली. यामिनी उत्कृष्ट वक्ता होती. विवाह हा पुनर्वसनाचा एक पर्याय आहे, असं तिचंही मत बनलं होतं. सुधारणांसाठी ती गावोगाव फिरून व्याख्यानं देत असे.

मुथ्थुलक्ष्मींचं म्हणणं होतं की, नर्तकींशी कुणीही विवाह करत नाहीत. त्या नाइलाजानं रखेली वा वेश्या म्हणून जगू लागतात. त्यामुळे कलेला स्वायत्त रूप आणि प्रतिष्ठा मिळेल असा वेगळा उपाय शोधावा. थोडक्यात, नृत्यगायन ह्या कला देवदासींपासून वेगळ्या कराव्यात.

नर्तकी रखेली वा वेश्या असेल तर तिला वैवाहिक दर्जा देऊन कुटुंबात स्थान देण्याचं अभियान सुधारकांनी चालवलं असतं तर कला ही वाचली असती, असं मत नृत्यविरोधी आंदोलनाच्या टीकाकारांनी व्यक्त केलेलं होतं.

एम. एस. रामास्वामी अय्यर ह्यांनी देवदासींच्या पुनर्वसनासाठी उपाय सुचवला की, नृत्यविरोधी अभियानकर्त्यांनी या मुली व स्त्रियांसाठी वसतिगृहं स्थापन करावीत. त्यांना शिक्षण आणि चांगलं आयुष्य देत कलेची साधना व प्रसार करण्यात सहकार्य करावं. अनेक पिढ्या टिकलेल्या या कलेला पुढेही संरक्षण द्यावं.

विठ्ठल रामजी शिंदे एका भाषणात म्हणाले होते, "मुंबई इलाख्यातील वेश्यांची एकंदर संख्या १,७५,२८४ आहे. त्यांपैकी तीनशेंपेक्षा जास्त मुरळ्या खात्रीने असाव्यात. शिवाय केवळ शिक्षणप्रसारानेच मुरळ्या नाहीशा होतील, असे समजणे म्हणजे शिक्षणाने देशातील चोर-भामटेही नाहीसे होतील, असे समजण्यासारखेच व्यर्थ आहे. पोलीस खात्याच्याऐवजी केवळ शिक्षणखात्याचीच योजना करून जर चोरी आणि भामटेगिरी बंद करता येत नाही, तर त्या खात्याकडून बेकायदेशीर आणि अनीतिपर चाली व त्यामुळे उघड होणारा व्यभिचार तो कसा बंद होणार? सर्वच व्यभिचार बंद करणे हे शक्य नाही, तरीपण त्याची जी कारणे बंद करण्यासारखी आहेत, ती करू नयेत असे होत नाही." (विठ्ठल रामजी शिंदे : व्याख्याने आणि उपदेश; संपादक : बी. बी. केसकर, मुंबई, १९१२; पृ. ९०-९४)

"मुरळ्या या स्त्रीत्व व समाजावर डाग आहेत; त्यांनी आपल्या वागण्याने संपूर्ण महार समाजाला खाली मान घालायला लावली आहे," असं डॉ. आंबेडकर म्हणाले होते. "मुरळ्यांनी सुधारावं, अन्यथा एक हजार स्वयंसेविका पाठवून कामाठीपुरा रिकामा केला जाईल," असंही ते म्हणाले. मात्र मुरळ्यांच्या पुनर्वसनाचं काय, या प्रश्नाचं उत्तर त्यांच्याकडे नव्हतं. ती जबाबदारी त्यांनी घेतली नाही. उलट मुरळ्यांनाच 'विनाकष्टाचं,

ऐशोआरामाचं, आळशी' आयुष्य जगण्याची सवय लागलेली आहे, असा आरोप त्यांनी केला. मुरळ्यांनी शेतांमध्ये, कारखान्यांमध्ये काम मिळवावं व उदरनिर्वाह चालवावा, असं त्यांचं म्हणणं होतं. (जनता, ४ जुलै, १९३६, प्रदीप गायकवाड २०००, खंड २, पृ. ४६-४८)

गांधीजी म्हणाले होते, "त्यांनी लवकरात लवकर स्वत:चा अनैतिक व्यापार सोडावा असा मी आग्रह करतो. त्यांनी सूतकताई, विणकाम अथवा अन्य सुयोग्य व्यवसाय स्वीकारावा." (यंग इंडिया; २५ जून १९२५)

देवदासींच्या पुनर्वसनाच्या गांधीजींच्या दोन कल्पना होत्या. एक देवदासींचं प्रबोधन आणि दुसरं आपल्या नीच स्वार्थासाठी देवदासींचा वापर करणाऱ्यांचं प्रबोधन. मात्र गांधीजींनी आपल्या चळवळीत, स्वातंत्र्यलढ्यात गृहिणींव्यतिरिक्तच्या स्त्रियांचा सहभाग स्पष्ट नाकारला. वेश्या आणि देवदासींमध्ये प्रथम 'सुधारणा' होण्यासाठी उपक्रम राबवले जावेत आणि मग त्यांच्यात बदल झाल्यावरच त्या चळवळीत सहभागी होऊ शकतील; अन्यथा त्यांच्यामुळे बाकी कार्यकर्त्यांची नैतिकता धोक्यात येईल अशी त्यांची धारणा होती.

स्त्रीशिक्षण आणि देवदासी

एकोणिसाव्या शतकाच्या अखेरीस सामाजिक सुधारणांचा वेग वाढला. या प्रवाहात जे दुबळे घटक संमिलित होत गेले, त्यांत स्त्री हा एक घटक होता. त्या काळात स्त्रीशिक्षण, विधवांचे प्रश्न, शिकलेल्या स्त्रीने नोकरी-व्यवसाय करावा की करू नये, प्रौढ कुमारिकांचे प्रश्न, अभिनय व नृत्य या क्षेत्रांत कुलवंत स्त्रियांनी काम करावं की करू नये इत्यादी मुद्दे चर्चेत आले होते. गांधीजींच्या भूमिकेमुळे राजकारणात व समाजकारणात स्त्रिया मोठ्या प्रमाणात सहभागी होत होत्या; त्यामुळे स्त्रियांचा राजकारणात सहभाग वा त्यांची सामाजिक कामं हे मुद्दे तत्कालीन चर्चेचा विषय नव्हता. हे बहुतांश प्रश्न मध्यमवर्गीय, उच्चजातीय स्त्रियांच्या संदर्भातले होते. या स्त्रिया म्हणजेच सर्व स्त्रिया असं गृहीत धरून बाकी स्त्रियांचं अस्तित्वच जणू नाकारलं गेलं होतं. या काळातलं स्त्रीशिक्षण निश्चित हेतूने सुरू झालं होतं. सुशिक्षित, आधुनिक स्त्रीने सुयोग्य सहचारिणी आणि आदर्श माता बनावं याच दृष्टीने त्यांच्यासाठीच्या अभ्यासक्रमांची आखणी झाली होती. पत्नी व आई या भूमिकांपलीकडील इतर भूमिका निभावणाऱ्या स्त्रियांना या शिक्षणात स्थान नव्हतं.

हे शिक्षण ज्या उच्च जातीय स्त्रियांना मिळालं, त्या शिक्षणामुळे स्वावलंबी, निर्णयक्षम बनल्या नाहीत. त्यांची अक्षरओळख वाणसामानाच्या याद्या आणि मुलांचा प्राथमिक शाळेत असेतो गृहपाठ करून घेणे इतपतच उपयुक्त ठरली. त्यांच्या निरर्थक पदव्या फक्त लग्न जमण्यासाठी गरजेच्या होत्या; बाकी त्यांनी मठ्ठ, परोपजीवी बांडगुळं असणंच घरादाराच्या सोयीचं होतं. या काळातील स्त्रीशिक्षण विकासाच्या वाटेने नेणारं नव्हतं, तर शोषणालाच वेगळं स्वरूप देणारं होतं. पातिव्रत्याची, सहचरिणीची व्याख्या थोडी बदलली होती, इतकंच. 'आम्ही' आणि 'त्या' असे भेद या काळात अधिक तीव्र होत गेले आणि स्त्रियांमधली दरी वाढली.

ब्राह्मिका समाज (१८६५), लेडीज थिऑसॉफिकल सोसायटी (१८८२), सखीसमाज (१८८६), भारत महिला परिषद (१९०८), आर्य महिला समाज (१८८२) अशा अनेक संस्था स्थापन होऊ लागल्या. धर्म, हस्तकला, सामाजिक शिष्टाचार अशा गोष्टींपासून सुरू झालेला या संस्थांच्या कार्याचा प्रवास अनिष्ट चालींपासून स्त्रियांची सुटका करणं व धर्म-नीती यांच्या कल्पनांमध्ये कालोचित बदल करणं इथपर्यंत येऊन पोहोचला.

तेलुगू भाषिक क्षेत्रात के. विरसालिंगम ह्यांनी स्त्री शिक्षणाची चळवळ सुरू केली आणि मुलींच्या अनेक शाळा उघडल्या. कन्नड भाषिक क्षेत्रात म्हैसूरला महाराणी गर्ल्स स्कूल स्थापन झाली आणि त्यापासून प्रेरणा घेत इतरही अनेक शाळा सुरू झाल्या. जात आणि धर्म मानणाऱ्या लोकांना 'सर्व मुली एका शाळेत एकत्र शिकणं' हे धोक्याचं वाटत होतं. त्यामुळे मधल्या व खालच्या जातीच्या मुलींना ह्या शाळांमध्ये प्रवेश नव्हता. ह्या शाळा सुरू होण्याच्या आधी सुशिक्षित स्त्रियांमध्ये राज घराण्यातील स्त्रिया आणि देवदासी ह्या दोनच प्रकारच्या स्त्रिया होत्या. याचा पुरावा म्हणून हंटर यांचं मत पाहता येईल. (W.W.Hunter 1883; PP 522) हंटर यांच्या मते, देवदासींची बुद्धिमत्ता, तर्कशक्ती आणि स्मरणशक्ती या चर्चेचा विषय आहेत. त्यांच्याविषयी वाटणाऱ्या आकर्षणाचं हे एक प्रमुख कारण आहे. (Resolution of Female Education; July 1915)

शाळा सुरू झाल्यानंतर देवदासींनी ह्या संधीचा फायदा घ्यायचं ठरवलं तेव्हा 'चांगल्या कुटुंबातील स्त्रियांना धोका' म्हणून १९१५ साली अस्पृश्य आणि वेश्या त्यांना शैक्षणिक संस्थांमध्ये प्रवेश नाकारण्याचा अधिकार शालेय समितीकडे सोपवण्यात आला. (यात्रधावासिनी, ७ ऑगस्ट १८७८) 'आमची मुलं नर्तकींच्या मुलींसोबत शिकली तर गैरमार्गाला लागतील' अशा अर्थाचे लेख वृत्तपत्रांमधून प्रकाशित होऊ

लागले आणि शासनाकडे तशी निवेदनं पाठवली जाऊ लागली. 'औरस मुलींच्या आईवडलांसाठी आणि भावी पतींसाठी सुद्धा असं एकत्र शिक्षण काळजीचा विषय ठरेल' असंही म्हटलं गेलं. "ह्या नर्तकींची गीतं आणि कविता अश्लील असतात. ती आमच्या मुलींना शिकावी वाटतील. त्यांची नृत्यं पाहून आमची मुलं अनैतिक वागू लागतील. वेश्या आपल्या मुलींना लहानपणापासूनच दुसऱ्यांवर जाळं टाकायला शिकवतात. अशा मुलांसोबत आपली मुलं शिकवण्यासाठी आम्ही कशी काय अनुमती देऊ शकतो ?" (यात्राधावासिनी) – असे प्रश्न उपस्थित केले जाऊ लागले.

लाज, संकोच, सरळपणा आणि कोमलता ही स्त्रीची चार आभूषणे होत. पण नर्तकीत ती असतील तर तिचा धंदा बसेल आणि तिच्यावर उपाशी मरायची वेळ येईल... आमचे इंग्रज शासक ह्या देशातील वेश्यांची कपटी वृत्ती जाणत नाहीत. सरकारनं हवं तर अशी एक शाळा केवळ वेश्यांच्या मुलांसाठी सुरू करावी. दुसरे कुणीही लोक आपल्या मुलींना तिथं पाठवणार नाहीत. (कर्नाटक प्रा. क. ची शिक्षा, १५ ऑगस्ट १८८७) – अशी पत्रं प्रकाशित होऊ लागली.

म्हैसूर राज्यातही असेच विचार प्रचलित होते. शिक्षण हे देवदासींचे मूळ स्वभाव, संस्कार बदलू शकत नाही, हाच विचार तिथंही होता. एकूणात सुधारकांची भूमिका देवदासींच्या मुलांच्या शिक्षणाबाबत भावनाशून्य होती.

महाराष्ट्रात महात्मा फुले होऊन गेले, त्यामुळे अशा कर्मठतेपासून आपण बचावलो हे तीव्रतेने जाणवतं.

घराच्या चौकटीत न अडकलेल्या, कौटुंबिक नियंत्रणाच्या बाहेर असलेल्या स्त्रियांना शिक्षण दिलं तर त्यांचं लेखन, अभिव्यक्ती ही किती 'धोकादायक' असू शकते हे नागरत्नम्मा हिने प्रकाशित केलेल्या मुद्दूफलानी हिचा कविता संग्रह 'राधिका सांत्वनम्' या पुस्तकाला झालेल्या तीव्र विरोधाने स्पष्ट झालं. मुद्दूफलानी ही तंजावरचा राजा प्रतापसिंह ह्याच्या दरबारातील गणिका व नृत्यांगना होती. एक मान्यवर तेलुगू कवयित्री म्हणून तिचं नाव प्रतिष्ठित होतं. नागरत्नम्मा ही बंगळुरुमधील नामवंत गणिका व लेखिका होती. मुद्दूफलानीचं हे काव्य पारंपरिक संस्कृत काव्य आणि मौखिक साहित्य ह्यात आढळणाऱ्या भक्तिकाव्याप्रमाणेच होतं आणि त्यात राधाकृष्णाचा शृंगारविलास रंगवलेला होता.

"वेश्येने लिहिलेल्या ह्या काव्यात किंचितही 'शील' असण्याची अपेक्षा करता येणार नाही, त्यात गलिच्छ लैंगिकताच असणार, व्यभिचारी स्त्री असल्याने स्त्रियोचित

विनय व लज्जा ह्यांचा अभाव ह्या लेखनात आहे," – असा आरोप विरसालिंगम ह्यांनी केला. लेखिकेचं चारित्र्य आणि तिचं लेखन ह्यांचा संबंध जोडला जाण्याचं हे आपल्या देशातील पहिलं उदाहरण असावं. भारतीय दंडसंहितेच्या २९३ कलमाअंतर्गत ह्या पुस्तकावर बंदी घालण्यात आली. त्यावर आक्षेप घेत नागरत्नम्माने प्रतिवाद केला की, "वेश्या असल्यामुळे इथे कवीची निर्भर्त्सना केली जात आहे. कवितांमध्ये गलिच्छ शृंगार वर्णिला आहे असा त्यांचा आरोप आहे, मात्र अनेक महान पुरुष लेखकांनी ह्याहून जास्त गलिच्छ शृंगारात्मक लेखन केलं आहे. जर एखाद्या वेश्येने तसं लिहिणं निंदनीय असेल तर तोच नियम ह्या पुरुषांना का लागू केला जात नाही ?"

देवदासींच्या शिक्षणात अजून एक अडचण होती. देवाशी लग्न झाल्यामुळे त्यांना दुसऱ्या कुणा माणसाशी लग्न करणं निषिद्ध होतं. अनेक पुरुषांशी संबंध येत असल्याने मुलांचा पिता कोण हे एकतर खात्रीनं सांगता येणं अवघड होतं किंवा एकाच पुरुषाशी संबंध असल्याने माहीत असलं तरी त्याने मुलांना आपलं नाव देणं शक्य नव्हतं. ह्या गोष्टी शाळा प्रवेशाच्या नियमांआड येत होत्या. उदा. १९१० साली धारवाडमध्ये विवाहित स्त्रियांनी पतीची आणि अविवाहित वा विधवा स्त्रियांनी कायदेमान्य पुरुष संरक्षकाची लेखी अनुमती शाळा प्रवेशासाठी देणं अनिवार्य होतं. खेरीज समाजातील दोन प्रतिष्ठित लोकांची सही असलेलं चांगल्या चारित्र्याचं प्रमाणपत्र सोबत जोडावं लागेल, अशीही अट होती. परिणामी स्त्री सबलीकरणाच्या ह्या मोहिमेत अनेक पिढ्यांपासून कलानिपुण, अनेक विद्यांमध्ये पारंगत व बुद्धिमान असलेल्या देवदासी शिक्षणापासून वंचित ठेवण्यात आल्या. ह्या धोरणांनी त्या सामाजिक असमानतेच्या बळी ठरल्या आणि कायद्याने त्यांची मूल्यं अनैतिक ठरवली गेली. शिक्षण नाकारण्यापासून झालेली ही सुरुवात त्यांना इतर अनेक क्षेत्रांमध्येही असंच वंचित ठेवणारी ठरली.

जुन्या-नव्या अभ्यासांची फलदृष्टी

आयुष्याची खासगी आणि सार्वजनिक अशी दोन प्रेक्ष्ये असतात, असं ब्रिटिशांनी मानलं होतं. त्यांनी हिंदू-मुस्लिम धर्ममार्तंडांना हाताशी धरून जुन्या धर्मसंहितांचा आधार घेत कायदे केले. त्यातल्या कुटुंबकायद्याला धर्मग्रंथांचा आधार घेतला. नागरी-गुन्हेगारी कायद्यासाठी मात्र इंग्लिश कायद्याचा पाया वापरला. यातही अमुक एक निश्चित धर्मग्रंथ आहे, असं नव्हतंच आणि जातींचा तर विचारच केला गेला नाही. एका धर्माचे लोक

एकगठ्ठा एकसमानच आहेत असं मानण्यात आलं. ब्रिटिश इथं येण्यापूर्वीच्या धार्मिक व सामाजिक रूढी परंपरा आणि त्यांवर आधारीत पंचायत व्यवस्था, न्यायव्यवस्था यांहून हे 'व्यक्तिगत कायदे' खूपच निराळे होते. त्यांत पुरुषांना आर्थिक, सामाजिक, धार्मिक, लैंगिक पातळीवर अनिर्बंध सत्ता मिळाली आणि स्त्रियांना पुरुषावलंबी समजण्यात आलं; घरातली कामं स्त्रियांचीच आणि घराबाहेरची कामं पुरुषांचीच अशी थेट विभागणी त्यातून मान्यता पावली. कुटुंबव्यवस्थेला अतिरेकी महत्त्व दिलं जाऊन ती धार्मिक कर्मकांडं, रूढी-परंपरांना जपणारी व हस्तांतरित करणारी आदर्श समाजातली व्यक्तीहून श्रेष्ठ अशी व्यवस्था मानली गेली आणि कुटुंबप्रमुखाचं स्थान पुरुषांच्या हवाली करण्यात आलं. देवदासी व वेश्या या एकीकडे कुटुंबविघातक मानल्या गेल्या आणि दुसरीकडे विवाहाच्या चौकटीतल्या स्त्रियांचं पावित्र्य सुरक्षित राखण्यासाठी सामाजिक गरजेची वस्तूही मानल्या गेल्या. कुलीन व अकुलीन स्त्रिया अशी स्पष्ट विभागणी होऊन त्यांच्यातली दरी वाढत गेली आणि संवाद पूर्णत: तुटला. त्यामुळे आपापल्या चौकटीत त्या खरंच सुखीसमाधानी आहेत का व आदर्श विकसित जीवन जगताहेत का याचा त्यांना पत्ताच लागेनासा झाला. दोन्ही प्रकारच्या स्त्रियांविषयी बोलणं, लिहिणं, विचार करणं, सुधारणेचा मक्ता घेणं ही जबाबदारी पुरुषांनी आपल्या खांद्यावर घेतली.

लतामणी (१९८९) यांच्या मते, "ही वसाहतवादी, राष्ट्रवादी आणि पारंपरिक चर्चाविश्वे आणि काही तशीच असणारी समकालीन भारतीय राजकीय चर्चाविश्वे ही मुळामध्ये स्त्रियांविषयी नाहीत. उलट ही चर्चाविश्वे म्हणजे परंपरेचे अस्सल आणि नैतिक मूल्य काय आहे हे सांगणारी राजकीय भाष्ये आहेत." (भागवत, विद्युत; लिंगभाव अभ्यास : भारतातील सिद्धांकन)

ब्रिटिश प्रशासक व मिशनरी, सनातनी, उदारमतवादी, सुधारणावादी व राष्ट्रवादी हिंदू या सगळ्यांनाच परंपरा टिकवण्यात खरा रस होता, स्त्रियांना त्यासाठी साधन म्हणून वापरायचं होतं व स्त्रियांमध्ये सुधारणा हव्या होत्या त्या केवळ त्याच मर्यादेत व निश्चित हेतूपुरत्याच; त्यापलीकडे स्त्रियांचा माणूस म्हणून विचार झाला नाही आणि देवदासींचा तर या स्त्रियांमध्येही विचार झाला नाही.

विद्युत भागवत म्हणतात, "बायका नावाच्या भूमीवर परंपरेबद्दलचा वाद खेळला गेला. अनेकदा वाटते की कळीचा प्रश्न भारतीय परंपरा हा होता, बायका फक्त त्याचे निमित्त झाल्या. ज्याप्रमाणे एखादे चिन्ह वा वस्तू दुसऱ्या चिन्हाशी विनिमय – देवाणघेवाण करू शकत नाही तसेच बायकांचे झाले. त्यांचा परस्परसंवाद तुटला. त्यांच्याबद्दल

त्यांच्या वतीने बोलायला विविध पुरुष पुढे सरसावले. कोणाला बायका दैववादी, नैतिकदृष्ट्या दुबळ्या, स्थितिशील आणि परावलंबी दिसल्या तर कोणाला शुद्ध, पवित्र, त्यागी, स्वार्थनिरपेक्ष दिसल्या. कोणाला त्यांच्यामध्ये हिंदू सामाजिक संघटनेचा अर्क दिसला. थोडक्यात, या वादामधून असे दिसते की बायका म्हणजे एक पूर्ण निराशय पोकळी होती असे मानले गेले. त्यामध्ये वेगवेगळे अर्थ भरण्याचे प्रयत्न झाले. परंपरेचे प्रतीक असलेली हिंदू स्त्री या प्रतिमेमधून स्त्रियांच्या अस्तित्वाला सामाजिक अर्थ प्राप्त झाला." (भागवत, विद्युत; 'स्त्री-प्रश्ना'ची वाटचाल : परिवर्तनाच्या दिशेने; प्रतिमा प्रकाशन, २००९; पृ. २९)

स्वातंत्र्यानंतर देशी सत्ताधाऱ्यांनी ब्रिटिशांचंच अनुकरण करत लोकांच्या धार्मिक बाबी आणि सामाजिक प्रथा–परंपरा यांच्यात लुडबुड करायची नाही, असंच धोरण स्वीकारलं. परिणामी धार्मिक कर्मकांडं, अंधश्रद्धा, धर्माच्या नावे सुरू असलेल्या रुढी व व्रतवैकल्यं इत्यादी मागास गोष्टी, एकत्र कुटुंबपद्धतीला वैश्विक संस्था मानून केलेल्या व काही शतकांपासून आतून पोकळ झालेल्या आदर्श कुटुंबकल्पना, जातिव्यवस्था यांना कायद्यानं संरक्षण लाभलं, जे अनावश्यक होतं. यांत शासनाचा हस्तक्षेप नसल्यानं सहिष्णुता वाढण्याऐवजी विषमता पोसल्या गेल्या. प्रत्येक जात व प्रत्येक धर्म हा एकजिनसी समाज असतो असं मानल्यानं प्रत्येक जातिधर्मातल्या स्त्रीचं दुय्यम स्थान निराळं बनलं. कौटुंबिक कायदे प्रत्येक धर्माचे निराळे झाल्याने लोकशाही आणि समाजवाद या सर्वव्यापक संकल्पना हास्यास्पद ठरल्या. समानतेचा भ्रम ध्यानात आला. ब्रिटिशांच्या विचारांमुळे गमावलेली आत्मप्रतिष्ठा स्वातंत्र्यानंतर हिंदू आर्य अस्मितेच्या कल्पनेने सावरली आणि नवी आत्मप्रतिमा घडवण्यास सुरुवात झाली. पण हे गतकाळाच्या काल्पनिक वैभवाचं ओझं त्यातून स्त्रियांच्या मानगुटीवर कायमचं बसवून ठेवलं गेलं, ते झुगारणं आजही अनेकींना शक्य नाही इतकं ते त्यांच्या सवयीचं व गरजेचंही होऊन बसलं आहे. वेदकाळापासून उपनिषदांपर्यंतचा काळ हा हिंदू स्त्रियांचं सुवर्णयुग होता, अशी ठाम विधानं आजही केली जातात आणि त्यासाठी गार्गी, मैत्रेयी ही दोन उदाहरणं पुन:पुन्हा दिली जातात; त्यापलीकडच्या स्त्रियांचं जगणं हे पूर्णत: दुर्लक्षित केलं जातं. परिणामी देवदासींची आयुष्यं, त्यांचे प्रश्न हे 'त्यांचे'च राहिले, ते बाकी सर्व स्त्रियांना 'आपले' कधीच वाटले नाहीत.

स्त्रियांविषयी जितके अभ्यास झाले, त्यांत देवदासी व वेश्या यांना 'त्या' (आपल्यातल्या वा चौकटीतल्या नसणाऱ्या) स्त्रिया मानल्या गेल्याने, त्यांच्याकडे एकतर पूर्ण दुर्लक्ष केलं गेलं वा त्यांची चूल वेगळी मांडली गेली. समाजाचा एक भाग असूनही विवाह व कुटुंबाच्या चौकटीत नसलेल्या, अनैतिक वर्तन करणाऱ्या, अशिक्षित, मंदिरातून

पदभ्रष्ट करण्यात आलेल्या, वसाहतकाळात धर्माने डाग मानलेल्या व कायद्याने गुन्हेगार ठरवलेल्या या उपेक्षित स्त्रिया एकाच वेळी तुच्छता, घृणा, कुतूहल, आकर्षण, सुधारणा, अभ्यास, लेखन यांचा विषय ठरल्या. धर्माचा मुद्दा असल्याने वेश्यांहून त्यांच्याविषयी वेगळं कुतूहल होतं, आहे. कुतूहलाचं अजून एक कारण म्हणजे त्यांचं भरतनाट्यम्‌ची परंपरा सांगणारं नृत्य आणि थोडंबहुत उपलब्ध झालेलं साहित्य.

देवदासींविषयी त्यांची लैंगिकता, नग्नपूजेसारखी कर्मकांडं या बाबतीतल्या फाजील कुतूहलामुळे अभ्यासाचा आव आणणारी अनेक बाळबोध व सुमार पुस्तकं मराठीसह हिंदी, कन्नड, तमीळ, उडीया, तेलुगू आणि इंग्लिश या भाषांमध्ये प्रकाशित झाली.

बारीकसारीक शोधनिबंध व वृत्तपत्रीय लेख तर असंख्य होते. या पुस्तकांमधून साधारणत्वे एकतर स्वातंत्र्यपूर्व काळाचा आढावा घेतला गेला होता किंवा सद्य:स्थितीचं वर्णन करणारे काही संकलित वृत्तांत होते. यांत अचूक माहिती व विचार या दोन्हींना थारा नव्हता. आर्थिकदृष्ट्या ‘स्वतंत्र’ भासणाऱ्या, ‘मुक्त’ लैंगिकता असणाऱ्या, समाज / लोक यांचं दडपण झुगारून त्या जगतात अशी (गैर)समजूत करून देणाऱ्या देवदासी या अभ्यासक, लेखक, पत्रकार यांना आणि काही तथाकथित कार्यकर्त्यांनाही ‘आकर्षक विषय’ वाटल्या. त्या कशा आहेत याहूनही लोक त्यांना कसं पाहू इच्छितात, हेच त्यांनी महत्त्वाचं मानलं आणि पावसाळ्यात उगवणाऱ्या अळंब्यांसारखे अनेक फुटकळ शोधनिबंध, वृत्तपत्रीय लेख एखादा कुटिरोद्योग असावा त्याप्रमाणे लिहिले गेले. या लेखांच्या चिंध्या जोडून गोधडी-पुस्तकं निर्माण केली गेली. कुणी नग्नपूजेसारख्या कुतूहल वाढवणाऱ्या प्रथांवर लिहिण्याचा आव आणला; कुणाला त्यांचं लैंगिक, आर्थिक व सामाजिक स्वातंत्र्य रोचक वाटलं; कुणी त्यांचं नृत्य महत्त्वाचं मानत तेवढंच चर्चेचा विषय बनवलं; कुणी त्यांना केवळ बिचाऱ्या बळी स्त्रिया ठरवून त्यांच्या वेदनेची गाणी गात धर्म-जातींना उथळपणे लक्ष्य केलं. या उथळ व फुटकळ लेखनात सर्वांना ‘देवदासी’ हे एकच सरसकट लेबल लावल्यामुळे त्यांचे सर्व प्रकार विचारात घेतले गेले नाहीत आणि त्यातून गैरसमज व गैरपद्धतीचं कुतूहल वाढत गेलं.

देवदासींचे प्रकार, त्यांच्या जाती, मंदिरांच्या कर्मकांडातलं त्यांचं स्थान व मंदिरातल्या त्यांच्या कामाचं स्वरूप, त्यांना मिळणारे भत्ते वा वेतन; त्यांच्याबाबत नैतिक मुद्द्यांवरून केलं गेलेलं राजकारण, त्यांचे घरातले व समाजातले संघर्ष, त्यांचं रखेली वा वेश्या बनून जगणं; त्यांच्यातले कलागुण लुप्त होत जाणं आणि त्याचवेळी मध्यम-उच्चमध्यमवर्गातल्या घराच्या चौकटीतल्या इतर स्त्रियांनी त्यांची भरतनाट्यम्‌सारखी नृत्यं उन्नतीकरण करून

आपली बनवणं; शिक्षणाच्या अभावी त्यांची लेखनपरंपरा तुटणं; त्यांच्याकडे बळीच्या रूपातच पाहणं; त्यांच्या पुनर्वसनाच्या कल्पना त्यांचा विचार न घेताच इतरांनी आखणं... इत्यादी अनेक मुद्द्यांनी देवदासींचा इतिहास व्यापलेला आहे.

देवदासींचा वर्तमानकाळही फारसा बरा नाहीच. त्यांतल्या काही वृद्ध स्त्रियांना अत्यंत जुजबी पेन्शन मिळतं, त्यातून आर्थिक प्रश्नही नीट सुटत नाही; इतर प्रश्नांचा तर विचारच झालेला नाही. देवदासी आणि वेश्या बनलेल्या देवदासींच्या मुलांच्या शिक्षणासाठी मात्र विविध पातळ्यांवर प्रयत्न सुरू आहेत, ही एकमेव आशादायी बाब आहे. स्त्रियांचा एक मोठा हिस्सा समाजाच्या मुख्य प्रवाहात येण्यासाठी उत्सुक आहे आणि उचित विचार, अभ्यास व कृती या वाटेने मोजके लोक आजही त्यासाठी कार्यरत आहेत. त्यांच्या प्रयत्नांना अनेकांचा हातभार लागो, ही सद्भावना.

❝ ❞ ❝ ❞

संदर्भसूची : मराठी आणि इंग्रजी

१. गायकवाड, प्रदीप; *जनता, खंड २, ४ जुलै, १९३६, २०००.*

२. बन्ने, प्रा. विठ्ठल; देवदासी प्रथा : उगम, विस्तार आणि उपाय; सुगावा प्रकाशन, पुणे ३०; २०१५.

३. भागवत, विद्युत; *लिंगभाव अभ्यास : भारतातील सिद्धांकन* ; क्रांतिज्योती सावित्रीबाई फुले स्त्री अभ्यास केंद्र, पुणे विद्यापीठ, पुणे, २०११.

४. भागवत, विद्युत; *स्त्रीवादी इतिहास : मीमांसा आणि व्यवहार* ; क्रांतिज्योती सावित्रीबाई फुले स्त्री अभ्यास केंद्र, पुणे विद्यापीठ, पुणे, २००९.

५. वसंत राजस; देवदासी : *शोध आणि बोध* ; सुगावा प्रकाशन, पुणे; १९९७.

६. *मराठी विश्वकोश; खंड ७.*

७. केसकर, बी. बी., संपादक; *विठ्ठल रामजी शिंदे : व्याख्याने आणि उपदेश* ; दामोदर सावळाराम आणि मंडळी, मुंबई, १९१२.

----

1. Catherine Rubin Kermorgant; *The Devadasi stigma: Servants of the Goddess*; Random House India, 2014.
2. Chakrabothy, Kakoli; *Women as Devadasis: Origin and Growth*

of the Devadasi Profession; Deep & Deep Publications, Delhi, 2000.

3. Chakravarti, Uma; *Gendering Caste through a Feminist Lens*; Stree, 2002.

4. Chakravarti, Uma; 'Whatever happened to the Vedic Dasi? Orientalism, nationalism and a script for the past'; Kumkum Sangari and Sudesh Vaid (eds); *Recasting Women: Essays in Colonial History*; Kali for Women, 1989.

5. Chakrapani, C, 'Jogin System: A Study in Religion and Society', *Man in Asia, Vol. IV, No. II*, 1991.

6. Chatterjee, Santosh Kumar; *Devadasi - The Temple Dancer*; The Book House, Calcutta, 1945.

7. Davesh Soneji; *Unfinished Gestures: Devadasis, Memory, and Modernity in South India (South Asia Across the Disciplines)*; University of Chicago Press, 2011.

8. David Kinsley, *Hindu Goddesses, Vision of Divine Feminine in the Hindu Religious Tradition*, Delhi, 1998.

9. Dr. K. Jamanadas; *Devadasis: Ancient and Modern*; Kalpaz Publications, 2007.

10. Dr. K. Sadasivan; *Devadasi Systeme*; Agani Veliyeeu; 2015.

11. Fuller Marcus B., *The Wrongs of Indian Womanhood*; Edinburgh: Oliphant Anderson and Ferrier, 1900.

12. Giri, Mohan ; *Kanya Exposition of Little Angels*, Gyan Publishing House, New Delhi, 1999.

13. Gupta, R. K.; *Changing Status of Devadasis in India*; Sumit Enterprises, 2008

14. Heggade Odeyar D.; 'A Socio-Economic Strategy for Rehabilitating Devadasis'; *Social Welfare*, Feb–Mar 1983.

15. Iyer, L.A.K; 'Devadasis in South India: Their Traditional Origin And Development'; *Man in India, Vol.7, No. 47*, 1927.

16. Jogan Shankar; *Devadasi Cult – A Sociological Analysis (Second Revised Edition)*; Ashish Publishing House, New Delhi, 1994.

17. JOINT WOMEN'S PROGRAMME, Regional Centre, Bangalore; *An Exploratory Study on Devadasi Rehabilitation Programme Initiated by Karnataka State Women's Development Corporation and SC/ST Corporation, Government of Karnataka in Northern Districts of Karnataka, Report Submitted to National Commission for Women*; New Delhi, 2001–02.

18. Jordan, K.; *From Sacred Servant to Profane Prostitute; A history of the changing legal status of the Devadasis in India 1857–1947*; Manohar, Delhi, 1975.

19. Kambale, N. D.; *The cult of Yellamma or Renuka*; dspace.vidyanidhi.org

20. Karkhanis, G. G.; *Devadasi: A Burning Problem of Karnataka*, Radha Printing Works, Bijapur, 1959.

21. Kay Jordan; *From Sacred Servant to Profane Prostitute: A History of the Changing Legal Status of the Devadasis in India 1857-1947*; Manohar Publishers and Distributors, 2003.

22. Kellelu; Ismail Karnataka Temples; Sandeep Publication, Delhi; 1984.

23. Lakshmi Vishwanathan; Women of Pride: The Devadasi Heritage; Roli Books.

24. Leslie C. Orre; *Donors, Devotees and Daughters of God: Temple Women in Medieval Tamil Nadu*; (South Asia Research); Oxford University Press, USA, 2000.

25. Lucinda Ramberg; *Given to the Goddess: South Indian Devadasis and the Sexuality of Religion*; Duke University Press, Durham, 2014.

26. Marglin, F.A., *Wives of The God-king: Rituals of Devadasi of Puri*; Oxford University Press, Delhi, 1985.

27. Mowli, V. Chandra; *Jogin : Girl-child Labour Studies*; Sterling Publishers,1992.

28. Muddupalani (Author), Sandhya Mulchandani (Translator); *Appeasement of Radhika: Radhika Santawanam*; 2011.

29. Nicholas J. Bradford; 'Transgenderism and the Cult of Yellamma : Heat, Sex, and Sickness in South Indian Ritual'; *Journal of Anthropological Research, Vol. 39*, New Mexico, 1983.

30. Pran Nevile; *Nautch Girls of the Raj*; Penguin India, 2009

31. Priyadarshini Vijaisri; *Recasting The Devadasi: Patterns of Sacred Prostitution in Colonial South India*; Kanishka Publishers, Distributors 2004

32. Puekar, S.D. and Kamalla Rao; *A Study of Prostitution in Bombay*; Lalwani Publishing House, Mumbai, 1967.

33. Rajaladshmi, Suryanarayana and Mukherjee; 'The Basavis in

Chittoor District of Andhra Pradesh', *Man in India, Vol. 56, No. 4*, 1976.

34. Ramachandra Ammiti; *Socio-Economic Conditions of Mathammas/Devadasis in Andhra Pradesh*; LAP Lambert Academic Publishing; 2014.

35. Ranjana; 'Daughters Married to Gods and Goddesses'; *Social Welfare*, Feb–Mar 1983.

36. S. Anandhi; *Ideals, Images and Real Lives: Women in Litrerature and History*; Orient Longman, Mumbai, 2000.

37. S. Anandhi; 'Representing Devadasis: Dasigal Mosavalai as a Radical Text'; *Economic and Political Weekly, Vol.XXVI, Nos.11 and 12*, Annual Number, 1991.

38. Sasika Kersenboom; *Nityasumangali-Devadasi Tradition in South India*; MLBD, Delhi, 1987.

39. Singh, Nagendra;*Divine Prostitution*; APH Publishing Corporation, New Delhi, 1997.

40. Sinha, Indrani (Chief Editor); *Devadasi System: Prostitution with Religious Sanction*; Jonaki (The Glow Worm); Calcutta, Vol.2 No.1 1998.

41. Soneji, Davesh; *Unfinished Gestures: Devadasis, Memory and Modernity in South India*; University of Chicago Press, Chicago, 2012.

42. Sriram V; *The Devadasi And The Saint: The Life And Times Of Bangalore Nagarathnamma*; EastWest, 2007.

43. Tarachand, K.C.; *Devadasi Custom – Rural Social Structure and Flesh Markets*; Reliance Publishing House, New Delhi; 1992.

44. *The Bombay Devadasis Protection Act, 1934 with Allied Rules*; Current Publications; 2026.

45. V. Lalitha; *Women, Religion and Tradition the Cult of Jogins, Matangis and Basvis*; Rawat, 2011.

◄◄ ►► ◄◄ ►►

बाह्य व आंतरिक जगातील येरझारा

अश्विनी दासेगौडा - देशपांडे

अनुवाद : कविता महाजन

गेल्या दोनेकशे वर्षांपासून आपलं मूळ स्थान परत मिळवण्यासाठी व मोकळेपणाने व्यक्त होण्यासाठी भारतीय स्त्रिया संघर्ष करताहेत. अनुकरण, बंडखोरी / विद्रोह व आत्मशोध हे तीन टप्पे मानले, तर यातल्या अनेकजणी अजूनही अनुकरण व बंडखोरी या पहिल्या दुसऱ्या टप्प्यांवरच खिळलेल्या आहेत. आत्मशोधाच्या टप्प्यापर्यंत खूपच कमी लेखिका पोहोचल्या आहेत. वेदिका कुमारस्वामीच्या कवितांची सुरुवातच बंडखोरीने होते आणि वेगाने ती आत्मशोधाच्या टप्प्यावर येऊन पोहोचते. अनुभवांकडे पाहण्याचा अलीप्तभाव आणि संतसाहित्याचा अभ्यास या दोहोंच्या संगमाने हे तिला साध्य झाले असावे. वेदिकाच्या काव्याचा विषय म्हटलं तर जुना आहे; पण एखादी समस्या जोवर पूर्ण नष्ट होत नाही, तोवर तिला जुनी झाली असं म्हणता येणार नाही. देवदासी प्रश्नासारख्या धर्म व जात केंद्रित सामाजिक समस्या इतक्या चिवट असतात की, त्या प्रसंगी रूप बदलतात, पण सहजी नष्ट होत नाहीत.

स्त्रियांच्या लेखन परंपरेकडे पाहताना प्रथम थोडा राजकीय-सामाजिक वातावरणाचा आढावा घ्यावा लागेल.

अठराव्या शतकाच्या उत्तरार्धात भारतातील प्रस्थापित सत्तांची पाळंमुळं तुटली. आधीची व्यापाराची केंद्रं असलेली शहरं व राजधान्यांची शहरंही बदलली. या प्रस्थापित व्यवस्थेत विकसित झालेल्या कलासाहित्याच्या अभिजात वातावरणाला सुरुंग लागला आणि राजाश्रयाने वाढलेले कलावंत कंगाल झाले. त्यांच्यातल्या स्त्रियांना वेश्येचं बिरुद लावलं गेलं. साहित्य-कलेचं केंद्र नव्या शहरांकडे वळलं आणि इंग्लिश शिकून त्या

भाषेतल्या वळणाने लिहू पाहणारे सुशिक्षित लोकच फक्त साहित्यिक म्हणवले जाऊ लागले. कलावंत स्त्रियांची राजघराणी, सरदार घराणी, श्रीमंत कलासक्त व्यक्ती यांच्या घरांमधली ये-जा बंद करण्यात आली. सभ्य व कुलीन स्त्रियांना 'या नीच स्त्रियां'चा वाराही लागू नये अशी काळजी घेणं सुरू झालं. कुलीन स्त्रियांसाठी पातिव्रत्याचं महत्त्व, आदर्श कुटुंब कसं घडवावं, मुलांवर चांगले संस्कार कसे करावेत इत्यादी उपदेश करणारी पुस्तकं प्रामुख्याने लिहिली जाऊ लागली; ती लिहिण्यात नवसाक्षर उच्चवर्गीय, उच्चजातीय व धर्मांतर करून ख्रिश्चन झालेल्या स्त्रियाही सहभागी झाल्या. या बदलांमध्ये मुक्तपणाला ना आयुष्यात स्थान होतं ना साहित्यात. त्यामुळे शृंगारिक लेखन हे समाजाला भ्रष्ट करणारं, अश्लील, चांगल्या स्त्रियांची मनं कलुषित व प्रदूषित करणारं आणि चांगल्या कुलांतल्या पुरुषांना बिघडवणारं आहे – हे मत प्रस्थापित झालं. ब्रिटिशांकडून एकोणिसाव्या शतकात भारतीय लोक हे अविवेकी, स्त्रैण, लबाड आणि विकृत लैंगिकतेचे ठरवले गेले होते; हा कलंक पुसून काढण्यासाठीची ही धडपड होती. त्यामुळे अभिजात व प्रतिष्ठित साहित्याची / कलांची व्याख्याच विसाव्या शतकाच्या सुरुवातीस पूर्णत: बदलून गेली. त्यात लेखनाच्या अनेक चांगल्या परंपरादेखील केवळ तुटल्याच नाहीत, तर त्यांना विकृत व तिरस्कृतही ठरवण्यात आलं.

ब्रिटिशांनी अनेक जुन्या भारतीय संहिता जतन केल्या, पुनर्मुद्रित केल्या असं दिसत असलं; तरी त्या संपादित करताना त्यांनी स्वत:चे निकष लावून अशा संहितांमधला बराचसा भाग वगळून नष्टही केला. उदाहरणार्थ, कर्नल चार्ल्स लुआर्ड याने विसाव्या शतकाच्या सुरुवातीला लोकगीतांच्या संकलनाचं काम केलं. या हस्तलिखितात त्याच्या भारतीय सहकाऱ्याने असं नोंदवलं आहे की, 'हा मजकूर बराच अश्लील असल्यामुळे मी पेन्सिलीने नोंदवतो आहे; म्हणजे घातक वाटला तर नंतर सहज खोडून टाकता येऊ शकेल.'

भक्ती चळवळ, त्यातून लिहित्या झालेल्या स्त्रिया आणि त्यांचं लेखन ही एक निराळी बंडखोरी होती. तेलुगू भाषिक प्रदेशात आठव्या शतकात भक्तिचळवळ सुरू झाली होती. अठराव्या शतकापर्यंत ही चळवळ तेलुगूसोबतच कन्नड, तामीळ, मराठी भाषिक प्रदेशांमध्ये प्रस्थापित होऊन रुजली होती. महाराष्ट्रात लेखी साहित्यात लोकभाषेचा वापर हाच मुळात नाथपंथामुळे होऊ लागला. भक्ती साहित्यात स्त्रीपुरुष भेदाला स्थान नव्हतं. मराठीतली पहिली कवयित्री महदंबा हिचं काव्य म्हणजे लग्नगीतं होती आणि त्यांत श्रीकृष्ण–रुक्मिणी यांच्या विवाहाची कथा काव्यबद्ध केलेली होती. त्यातलं प्रेम,

विरह, शृंगाराच्या कल्पना या माफक, कोमट आहेत; काव्यविषय काहीही असला तरी भक्ती, अध्यात्म हे त्याचं केंद्र असल्याने असं होणं स्वाभाविकही आहे. याच तुलनेत लोकसाहित्याचा इतिहास भाषेवरून काळाचा अंदाज घेत बघितला तर त्यातील स्त्रीगीतं कमालीची मोकळी वाटू शकतात. कारण कुणा संतपुरुषांकडून लेखनप्रेरणा व बळ घेत त्यांचं व्यक्त होणं सुरू झालेलं नव्हतं; तर ते लोकपरंपरेतून आल्याने स्वयंभू व अति उत्स्फूर्त होतं. काही संतांनी स्त्रियांना अध्यात्ममार्गातली धोंड मानली आणि त्यांचा मार्ग संसाराचा असं सांगितलं; अशा पुरुषसत्ताक अध्यात्माच्या जगात स्वत:ला सिद्ध करण्याचा संघर्ष संत कवयित्रींना करावा लागला.

सणावारांची गाणी, लग्नगीतं, श्रमगीतं इत्यादी सहज रचत गाणाऱ्या निनावी रचनाकर्त्यांच्या मनावर असले कुठलेच ताण नव्हते आणि विषयांची, प्रतिमांची, भाषेची, शब्दनिवडीची कसलीही बंधनं त्यांच्या अभिव्यक्तीवर नव्हती. त्यांच्या लोकगीतांमधून आणि लोककथांमधून समाजातल्या स्त्रीजीवनाच्या वास्तवाचं कटू दृश्य आरपार दिसत होतं. घरातलं आणि समाजातलं स्त्रीचं स्थान हा अनेक ओव्यांचा टीकेचा विषय दिसतो. केवळ आपली दु:खंच नव्हे, तर आपल्या सुखाच्या कल्पनाही स्त्रिया लोकसाहित्यातून मांडतात. दैनंदिन जगण्यातले विषय मांडताना घरगुती वा आपसातल्या बोलण्यात जी भाषा त्या वापरत, तीच अभिव्यक्तीसाठीही मोकळेपणाने वापरत. त्यामुळे शारीरिकतेचं व लैंगिकतेचं या साहित्याला वावडं नव्हतं. वसाहतकाळात हे साहित्य अश्लील, निर्लज्ज, अनैतिक, अधोगतीला नेणारं व सामाजिक वातावरण प्रदूषित करणारं ठरलं. सभ्य हिंदू स्त्रियांनी 'अशी गीतं गाऊ नयेत' इथपासून ते 'गाऊच नये' इथपर्यंत आदेश निघू लागले. त्यांनी नैतिक वर्तन करण्यासाठी सुयोग्य शिक्षणाची गरज महत्त्वाची ठरवण्यात आली.

पुढे याच शिक्षण परंपरेतून पुन्हा काही स्त्रिया लिहित्या झाल्या. गप्प बसणं, ऐकून घेणं हा अनेकदा स्त्रियांच्या राजकारणाचा, रणनीतीचा भाग असू शकतो. प्रत्यक्ष कृतीची वेळ येते तेव्हा त्या ती कशी करतात हे पाहिलं तर अनेक वेगळी उत्तरं मिळू शकतात. म्हणूनच लोकसाहित्य, संतसाहित्यातून व्यक्त होणाऱ्या स्त्रिया आणि छापील पुस्तक लिहून व्यक्त होणाऱ्या स्त्रिया यांच्या अभिव्यक्तीत प्रचंड तफावत दिसते.

सुरुवातीच्या काळातल्या लिहिणाऱ्या स्त्रिया या क्वचितच उच्चजातीय, उच्चवर्गीय व कौटुंबिक चौकटीतल्या होत्या. बहुतेक लेखिका या एकतर कुटुंब / जाती यांतून बहिष्कृत झालेल्या तरी होत्या किंवा पिढीजात देवदासी असलेल्या घराण्यांमध्ये दत्तक

गेलेल्या / जन्मलेल्या वा निगडित झालेल्या तरी होत्या. उदाहरणार्थ, तंजावर दरबारातल्या रमा भद्रंबा आणि मधुरावणी या दोघी तीन भाषांमध्ये कविता लिहीत होत्या आणि दोघीही 'अष्टावधानी' म्हणून प्रख्यात होत्या.

अठराव्या शतकात तंजावर दरबारातच मुद्दूपलनी नावाची कवयित्री होऊन गेली. व्यवसायाने गणिका. तिचं 'राधिका सांत्वनम्' हे काव्य आनंद, क्रोध व लैंगिक सुखाची जाणीव या तीन भावनांवर आधारीत आहे, असं त्याची प्रकाशक नागरत्नम्मा म्हणते. यातील शृंगारिक तपशील 'भारतीयांचं नैतिक आरोग्य' धोक्यात आणणारा ठरवून त्यावर बंदी घातली गेली. मुद्दूपलनीने आपली आजी व मावशीही साहित्यिक असल्याचं प्रस्तावनेत अभिमानाने नोंदवलं होतं. प्रकाशक नागरत्नम्मा ही स्वत: संगीतज्ञ आणि अनेक कलांची आश्रयदाती होती. लाज, ओशाळेपणा, संकोच, धूसरता यांना मुद्दुपलनीच्या कवितांमध्ये स्थान नव्हतं; तसंच त्यांच्या कवितेत जाणीवपूर्वक रचलेला विद्रोह, थेट म्हणजे काहीतरी 'वेगळं' लिहीत असल्याच्या जाणिवेतून आलेला उद्दामपणा, धाडस करत असल्याचा आव, वास्तवाच्या नावाखाली छुपा बटबटीतपणा यांनाही स्थान नव्हतं. न्यूनगंड आणि न्यूनगंडातून आलेला उपरा अतिआत्मविश्वास या दोषांपासून त्यांचं काव्य मुक्त होतं.

नागरत्नम्माने या पुस्तकावर बंदी आणल्यानंतर जो युक्तिवाद केला, त्यातही 'पुरुष जे करतात ते आम्हीही केलं तर काय बिघडलं' अशी तुलना नव्हती, तर 'आम्ही आमच्या जाणिवेनुसार लिहिलेलं आहे; त्यावर जे आक्षेप घेतले जाताहेत ते पुरुषांवर का घेतले जात नाहीत ? साहित्याला समान निकष लावा, त्यात स्त्रीपुरुष भेद नकोत,' असे रास्त मुद्दे होते.

●

भारतीय घटनेच्या १५ व्या कलमानुसार स्त्रियांना समान हक्क प्राप्त झाले; मात्र त्यातच 'स्त्रिया आणि मुलांना (ते मागास / दुबळे समाजघटक असल्याने) विशेष संरक्षण' दिलं जावं असं म्हटलं. हा मागासपणा वा दुबळेपणा पुरुषसत्ताक पद्धतीतून आला आहे, हे न स्वीकारता तो नैसर्गिकरीत्या आलेल्या एकूण सामाजिक मागासपणाचा भाग ठरवण्यात आला. त्यामुळे समाजातला मागासपणा संपला की स्त्रिया सबल होतीलच असं गृहीतक तयार झालं आणि मागासपणा नष्ट करण्यासाठी आणि अर्थातच सुधारणेसाठी त्यांना विशेष सोयी–सवलतींची गरज असल्याचं दर्शवून त्यांचा वेगळा कप्पा करून

टाकला. तेव्हापासून कुठल्याही क्षेत्रात आजही हा कप्पा स्वतंत्र दिसतो, अगदी साहित्याच्या व समीक्षेच्याही क्षेत्रात लेखिकांचा वेगळा विचार स्वतंत्रपणे केला जातो वा पुरुषांच्या लेखनाची समीक्षा करून झाल्यावर एखाद्या परिच्छेदात उरकला जातो.

अर्थात स्त्रीचा आधी माणूस म्हणून विचार केला जावा, या अपेक्षेत काही त्रुटीही आहेत. स्त्रियांकडे केवळ माणूस म्हणून पाहण्यात एक धोका असतो, तो म्हणजे 'माणसां'कडे पुरुषी निकष लावून पाहण्याच्या पितृसत्ताक जाळ्यात त्या अडकतात आणि त्या पुरुषांसारख्या नाहीत, त्यांची कला व साहित्य पुरुषांच्या कला व साहित्याच्या निकषावर उतरणारं नाही अशी हास्यास्पद तुलना होऊन मुख्य प्रवाहात सामावून घेण्याच्या नावाखाली त्यांना दुर्लक्षित ठेवून अदृश्यच केलं जातं. यात मुळात त्यांचा प्रवाह हा मुख्य प्रवाह नव्हे, हेही गृहीत धरलं जातंच. त्यात त्यांच्या मौखिक परंपरा सोयिस्कर रीतीने नजरेआड टाकून त्यांना नवख्यादेखील ठरवलं जातं.

राष्ट्रवादी चौकटीत स्त्रिया एकाच वेळी देवी आणि दासी बनल्या. सुवर्णयुगातली वैभवशाली परंपरा स्वीकारली की देवी आणि दुबळ्या व मागास असल्यानं दासी अशी लेबलं त्यांना लावली गेली. विकासाच्या आधुनिक संधी प्रथम मध्यमवर्गीय ब्राह्मण, शिक्षित, स्त्रियांना मिळाल्या; अनेक उद्योग व्यवसायांत त्या चांगल्या पदांवर काम करू लागल्या आणि साहित्य-कला क्षेत्रांमध्येही अग्रेसर ठरल्या. तुलनेत ज्यांच्याकडे पारंपरिक व्यवसायांमधून आलेली पिढीजात कौशल्यं होती, त्या अनेक जातींमधल्या स्त्रिया स्वातंत्र्यपूर्वकाळातच कंगाल होत गेल्या होत्या; दोन-तीन पिढ्यांमध्ये त्यांची कौशल्यं विस्मरणात गेली.

जुनी कौशल्यं नष्ट झालीत व नव्यासाठी शिक्षणाचा वाव नाही, अशा कोंडीत अनेकजणी अडकल्या. मिळतील ती मजुरीची कामं, मोलकरणींची कामं, लहान उद्योगांमध्ये कारखान्यात वा कारखान्यातली घरी आणून करून द्यायची कामं इतपतच शक्यता त्यांच्यासाठी शिल्लक राहिल्या. ज्यांना हेही पर्याय लाभले नाहीत, त्या देहविक्रीकडे वळल्या. या स्तरातील स्त्रियांची अभिव्यक्ती आजही मौखिकच राहिलेली आहे; प्रत्यक्ष लेखनासाठी त्यांतील अनेकींना साधी अक्षरओळख नाही आणि ज्यांना लिहितावाचता येतं, त्यांच्या जगण्याच्या संघर्षातले प्राधान्यक्रमच इतके निराळे आहेत की लिहिणं ही बाब त्यांच्या कल्पनेबाहेरची ठरते.

●

स्त्रिया लिहीत नव्हत्या व तुरळक स्त्रिया लिहू लागल्या या दोन्ही टप्प्यांमध्ये पुरुष मात्र स्त्रियांविषयी लिहीत होतेच. हे लेखन अनेक तऱ्हांचं होतं. कधी काल्पनिक आदर्श, कधी रोमँटिक, कधी त्यांच्या नजरेतून टिपलेलं वास्तव या तिन्ही तऱ्हांनी स्त्री त्यांच्या कथा, कादंबऱ्या, कविता व निबंधांचा विषय बनलेली होती.

देवदासी, गणिका, नर्तकी, वेश्या यांच्या जीवनाविषयी पुरुषांनी कधी सहानुभूतीने, तर कधी लैंगिकता चाळवणारं लेखन या सर्वच भाषांमध्ये केलेलं आहे; त्या तुलनेत स्त्रियांनी या बाकी स्त्रियांचं आयुष्य क्वचित रंगवलं आहे. हे लिहिणाऱ्यांची मानसिकता, वैचारिकता आणि एकूण वृत्ती प्रामुख्याने मध्यमवर्गी - मध्यममार्गी व एकूणात नैतिकतेचा मक्ता घेतलेली होती. त्यांच्या नैतिकतेहून भिन्न नैतिकता अस्तित्वात असू शकतात याचं भान त्यांना नव्हतं. त्यामुळे एकतर प्लॅटोनिक प्रेमाची भूक असलेल्या, फसवल्या गेलेल्या, दु:खी, अगतिक आणि दलदलीतून सोडवून दूर कुठे पळवून नेणाऱ्या राजकुमाराची / शूर पुरुषाची वाट बघणाऱ्या स्त्रिया त्यांनी चित्रित केल्या; किंवा स्वार्थी, पैशांवर डोळा ठेवून असणाऱ्या, गिऱ्हाइकांना लुबाडणाऱ्या स्त्रिया चित्रित केल्या... ज्यांची वृद्धावस्था केवळ दु:खमय, परावलंबी, दुखणाईत होते व ज्या दलाली करून वा भीक मागून आपली गुजराण करतात. स्त्रिया भिन्न नैतिकतेच्या, भिन्न वैचारिकतेच्या असू शकतात हे समोर आलंच नाही आणि जिथं त्याचे अंश दिसले तिथं त्यांना खलप्रवृत्तीच्या रंगवलं गेलं. देवदासींची व्यक्ती म्हणून असणारी प्रतिष्ठा नाकारणारं आणि त्यांना फक्त 'बळी गेलेली अगतिक स्त्री' ह्या चौकटीत ठेवून त्यांच्याकडे पाहणारं ते लेखन होतं. देवदासींची बाकी रूपं साहित्यात फारशी आलीच नाहीत. दुसऱ्या बाजूने, कल्पनारम्य नसलेले देवदासी व्यवस्थेचे तपशील मिळविले आणि त्यातील नागरत्नम्मासारख्या स्त्रियांनी स्वत: मांडलेलं कथन पाहिलं तर ते योग्य निष्कर्ष काढण्यासाठी अधिक उपयुक्त ठरेल.

●

आख्यानकाव्य, खंडकाव्य, लोककथागीत या तिन्ही पारंपरिक प्रकारांहून वेदिकाच्या कविता निराळ्या आहेत. त्यात सुबोध कथा सलग सांगितली जात नाही आणि ती दीर्घकविताही नाही. तिची वैशिष्ट्यं पाहिली तर ती कादंबरीच्या जवळ जाणारी दिसतात. त्यामुळे या प्रकाराला काव्यांबरी म्हणता येऊ शकेल. ती अर्थातच महाकाव्याइतकी विशाल व व्यापक मुळीच नाही; पण अनेककेंद्री कथानक असलेली, सखोल विचार मांडणारी, एक अत्यंत गुंतागुंतीची रचना म्हणून ती कादंबरीच्या जवळ जाणारी आहे.

तिच्यात अनेकांचे आवाज आहेत. एरवी कवितेत एकच एक प्रमुख आवाज असतो, प्रसंगी तो खूप तीव्रही होतो; पण त्याला छेद देणारा दुसरा आवाज कादंबरी, कथा, नाटक यांच्याप्रमाणे कवितेत नसतो. इथं वेदिका या पात्राचा आवाज प्रमुख असला तरीही त्या आवाजाला आणि एकमेकांच्या आवाजांनाही छेद देणारे आजी, अम्मा, लतामॅडम, सदाशिवप्पा, भीमक्का, कुमारस्वामी अशा अनेक पात्रांचे स्पष्ट आवाज यात आहेत. त्यांच्या वैचारिकतेत अनेकदा मतभिन्नताही स्पष्ट दिसते. ठळक व्यक्तिरेखा, त्यांचे विचार व वर्तन, विविध घटना-प्रसंग यांतून हे कथानक उलगडत जातं. निवेदन प्रथमपुरुषी असलं तरीही कादंबरीप्रमाणेच त्यात इतर अनेक पात्रांची मनोगतं संवादामधून येतात; त्यातून नायिकेच्या समक्ष न घडलेले प्रसंगदेखील वाचकासमोर उभे ठाकतात.

यातील निवेदक वेदिका आहे आणि कवयित्रीचं टोपणनावही वेदिका आहे. त्यामुळे हे आत्मचरित्रपर काव्य आहे का, असाही प्रश्न उपस्थित होतो. ते दुसऱ्या एका व्यक्तीचं अनुभवकथन असेल तर चरित्रपर काव्य असू शकतं आणि ती अमुक एकाच व्यक्तीची प्रत्यक्ष कथा नसेल, तर त्याला कथा वा कादंबरी काव्य म्हणता येऊ शकतं. मजकूर आत्मपर असेल तर तो पहिल्या श्रेणीतला अनुभव असतो, चरित्रपर असेल तर दुय्यम आणि कथा वळणाचा असेल तर त्यात काल्पनिकता प्रवेश करते व ते अनेक वास्तवांचं संकलनही असू शकतं. टोपणनावामुळे हे उलगडत नाही, त्यामुळे चरित्रपर समीक्षेच्या वाटा बंद होतात. अर्थात त्यामुळे काही विशेष अडणार नाही, कारण भारतीय भाषांत अजून चरित्रपर समीक्षा नीट विकसितच झालेली नाही. टोपणनावाचे काही फायदेही दिसतील. लिहिणाऱ्या व्यक्तीची जात, धर्म, लिंग, वर्ग, शिक्षण इत्यादी माहिती दृश्य नसल्याने विविध लेबलं लावून पुस्तक वाचण्याची व समीक्षा करण्याची सोपी क्लृप्ती व्यर्थ ठरेल.

या काव्यात वेदिका नावाच्या मुलीची एक कथा येते. ही देवदासीची मुलगी. आजी व आई यांच्यासोबत राहतेय. नवऱ्याचं दुर्लक्ष, सवतीचा जाच व मुलीची काळजी या तिन्ही कारणांनी मुलीसोबत वेदिकाची आजी मंदिर परिसरात राहण्यास गेली. नृत्य–गायनाची परंपरा आजीने टिकवली नव्हती, रूढीनुसार धार्मिक कार्यात जुजबी सादरीकरण व्हायचं; लोकांच्या या गोष्टींकडे बघण्याच्या भावनाही आता बदलल्या होत्या. एखाद्या श्रीमंत माणसाला रूपगुण आवडले, तर त्याची रखेली बनून राहणं किंवा मग वेश्याव्यवसाय करणं हे दोनच पर्याय शिल्लक होते, त्यानुसार वेदिकाची अम्मा काही वर्षांतच रखेली बनली. अम्माच्या आजारपणामुळे अल्पवयातच वेदिकाच्या वाट्यालाही रखेली बनणंच

गावनवरी / १६८

आलं. अभ्यास, वाचन, लेखन यांची गोडी असल्याने तिचं आयुष्य पुढे अनेक वळणं घेत बदलत गेलं. वेदिकाला मिळालेलं नाव 'ब्राह्मणी' असलं, तरी त्यामुळे तिच्या आयुष्यात काडीचाही फरक पडलेला दिसत नाही; ना शाळेत प्रवेश मिळाला, ना समाजात प्रतिष्ठा! आजीच्या प्रभावात वेदिकाही आधी भौतिक लाभांचाच विचार करत राहते. एका टप्प्यानंतर लैंगिक हिंसा नाकारण्याचं धाडस तिच्यात येतं; पण कृतीसाठी तिला शारीरिक बळ, आर्थिक स्वावलंबन, शिक्षण असं कुठलंच पाठबळ नाहीये. त्याचवेळी गणिकेच्या चातुर्याने प्रौढ, वासनांध हेगडेला लैंगिक खेळातच अतिरेकी वर्तन करायला लावून ती मृत्यूच्या दारात नेऊन ठेवते. त्याचा मुलगा आपल्याकडे आकर्षित झाला आहे हे ध्यानात येताच तिच्या भौतिक चिंता मिटतात. त्याच्याबाबत ती पझेसिव्ह होत नाही, त्याच्याशी लग्न करावं असा विचारही तिच्या मनात येत नाही. तिची आंतरिक ओढ आहे ती शिक्षणाची; आणि तिच्या बालिश, अप्रगल्भ वागण्यातूनही ती ओढ निराळी व स्पष्ट उठून दिसेल इतकी ठसठशीत आहे. बुद्धिमान, प्रामाणिक व संवेदनशील सदाशिवप्पाला ती ओढ चटकन कळते आणि त्याच दिशेने गेल्यास तिचं भविष्य सुरक्षित होईल अशी वडीलकीची भूमिकाही तो तरुण, कोवळ्या वयात घेतो; जी हेगडेला कधीच घेता आली नसती. तरीही आयुष्यातल्या गरजा लैंगिक सुखाच्या बदल्यात भागवणारा अनेकांपैकी एक पुरुष याच मर्यादित दृष्टीने वेदिका त्याच्याकडे पाहते.

वेदिकाचं घरातलं सुरक्षित भासणारं जगणं संपून चार भिंतींबाहेरचं भय थेट अंगावर घेत प्रवास करण्याचा दुसरा टप्पा सुरू होतो; संग्रहातील दुसऱ्या भागातल्या कविता या प्रवासाच्या आहेत. दुसरा टप्पा केवळ शरीराने प्रवास करण्याचाच नाही, तर वैचारिक प्रवासाचं सूचन करणारादेखील आहे. या प्रवासात अनेक घटना घडतात. तिचं सामान चोरीला जातं, चोराच्या हल्ल्यात ती जखमी होते. देवदासी असून आपल्याला मंदिरात प्रवेश का नाही, इथपासून अनेक प्रश्न तिला पडू लागतात. जंगलातून जाताना एक पुरुष तिच्यावर बळजबरी करतो, तेव्हा त्याला विरोध करायचा की नाही, असाही पेच तिच्या मनात निर्माण होतो आणि तो बलात्कार ती निमूट सहन करते. एक गृहस्थ तिला आसरा देतो, मात्र त्याचे नातलग तिला तिथून हुसकावून लावतात. परडी घेऊन जोगवा मागणारी एक जोगतीण तिला आपल्यासोबत येऊन राहण्यास आणि आपल्यासारखं आयुष्य जगण्यास सुचवते; पण तो पर्यायही वेदिकाला मान्य होत नाही. एक बाई तिला खाऊ घालते, अंघोळ घालून चांगले कपडे देते; पण आसरा देऊ शकत नाही, ही तिची अगतिकता असते. वेदिकाचं वाट फुटेल तिकडे जाणं आणि मिळतील ती कामं करणं

गावनवरी / १६९

सुरू राहतं. देवाचा राग करणारी, भक्तीचा तिरस्कार करणारी आणि आपल्या अस्तित्वाचा, सृष्टीशी असलेल्या आपल्या नात्याचा विचार करणारी एक वेगळी स्त्री तिच्यात आकार घेऊ लागते. तिचं आध्यात्मिक साहित्याचं वाचन वाढतं. वचनसाहित्य, संतसाहित्य तिला भुरळ घालतं.

या टप्प्यावर पुन्हा लतामॅडम भेटतात आणि मागे टाकलेला भूतकाळ समोर येतो. तिनं गाव सोडल्यानंतर त्यांचं घर जाळल्याची आणि आजीवर सामूहिक बलात्कार झाल्याची हकिकत समजते. सदाशिवप्पानं वेदिका घरातच आहे असं समजून तिचा जीव वाचवण्यासाठी आगीत उडी घेतली आणि तिच्याच नावाचा जप करत तो मरण पावला हेही समजतं, तेव्हा कुठे तिला त्याच्या अस्सल प्रेमाची जाणीव स्पष्टपणे होते. मात्र ज्या परिस्थितीत ही जाणीव होते, तो टप्पा इतका विदारक आहे की यातून तिला स्मशानवैराग्यच येतं. कुटुंबातल्या, प्रेमाच्या अनेक माणसांचे शेवट काय झाले ही माहिती भूतकाळ उपसून वर आणते आणि सगळं निरर्थक वाटायला लागतं. त्यातून भक्ती साहित्याचं बोट धरून ती कदलीवनात प्रवेश करते. इथं नाथपंथीय साधू भेटतात. त्यांच्याशी झालेल्या चर्चांमधून वैचारिक स्पष्टता येत जाते. तीन वर्षं ती श्रीशैल्यम्, कदलीवन, पाताळगंगेचा अहिल्यादेवींनी बांधलेला घाट या परिसरात वास्तव्य करते.

तिसऱ्या टप्प्यावर पाताळगंगेच्या परिसरातच परिक्रमेसाठी आलेले कुमारस्वामी तिला भेटतात. तिच्या मनात अनेक प्रश्न आहेत आणि भविष्याच्या चित्राची एकही कल्पना मनात नाहीये. त्यावेळी ते तिला हात देतात. कोणतंही बंधन, कोणत्याही अटीशिवायचं प्रेम इथं तिला लाभतं. जगण्यात स्थैर्य आलंय असं वाटू लागतं. ती स्वावलंबी बनली आहे, अर्थार्जन करू शकते आहे; पण या कशातच तिचं मन रमत नाही. चूल, मूल, लग्न, पातिव्रत्य या चौकटीचे विचारही स्वत:हून तिच्या मनात येत नाही. या बाबतचे प्रश्न पडतात ते इतर कुणी विचारल्यावर किंवा इतर कुणाच्या संदर्भातच. आपण कोण आहोत, आपला जन्म कशासाठी झाला आहे, आपलं या विश्वाच्या पसाऱ्यात काय काम आहे, असे प्रश्न वाढत जातात. स्त्री-पुरुषाचं नातं नेमकं काय असतं, याही प्रश्नाचं उत्तर ती कुमारस्वामींशी असलेल्या आपल्या नात्याच्या निमित्ताने शोधू पाहते.

ऐकलेल्या पुराणकथा, मिथकं आणि लोककथांचा प्रभाव तिच्या मनावर प्रचंड आहे. विचार विकसित होत जाताना या गोष्टी सतत त्यांना छेद देतात. त्यामुळे 'भक्तीनं मळमळ होते' म्हणणारी नायिका शक्तिपीठं बघायची ठरवते – अशा वरवर विसंगत वाटणाऱ्या गोष्टी या कथानकात अनेकदा दिसतात. वाचून, अभ्यासून आवडलेले, पटलेले

विचार प्रत्यक्ष आयुष्यात कृतीत आणायचे तर अस उलटसुलट विचार करत, सगत–विसगत कृती करतच आयुष्याचा प्रवास वेग घेतो आणि असं तिचं स्वत:ला दुरुस्त करत नेणं हेच माणूसपणाचं लक्षण आहे. यातून जे प्रश्न निर्माण होतात, ते अनेक पातळ्यांवरचे आहेत.

सतीची कथा ऐकताना शैव तत्त्वज्ञानाकडे नव्याने पाहण्याची दृष्टी तिला लाभते. शक्तिपीठांची परिक्रमा एकटीने करावी असं तिच्या मनात येतं. यातही भक्ती नाही. आजवर तिने कधीच मंदिरात प्रवेशही केलेला नाही; पण आता ती सारी बंधनं ओलांडून मंदिरप्रवेश करते. तिला स्त्री शक्तीचा शोध घ्यायचा आहे. काव्यसंग्रहातील पहिल्या तीन भागांहून चौथा भाग काहीसा निराळा आहे. तिसऱ्या भागात येणारा सतीकथेचा संदर्भ आणि शक्तिपीठं पाहण्याची वेदिकाची इच्छा, मंदिरप्रवेशाची बंडखोरी त्याची पूर्वसूचना देतात. पुराकथा अनेक समस्यांचा उलगडा करतात, सतीची कथा इथं हेच काम करते.

ज्याच्याशी लग्न लागलं तो देव आणि ज्यांच्या आधाराने उदरनिर्वाह चालतो ते 'ठेवणारे' पुरुष – या दोन्ही नात्यांची बंधनं तोडून, नाती नाकारून ती जगाकडे आणि स्वत:कडेही पाहू लागते तेव्हाच तिच्या आत्मशोधाची सुरुवात होते. आसक्ती आणि भय यांना ओलांडून जाण्याचा हा आध्यात्मिक टप्पा आहे. काहीएक मोठा अपघाती धक्का बसतो, तेव्हाच साधारणपणे स्त्रिया संन्यासमार्गाकडे वळतात असं आजवरच्या भारतीय साहित्यातलं चित्रण आहे. इथं मात्र वेदिका तो अंतिम मार्ग मानत नाही; हा पर्याय पूर्वसुरींनी का निवडला असेल याचा शोध ती वचनसाहित्याचा अभ्यास करत घेते आणि त्या मार्गावरून परत फिरते. भक्तिमार्ग हा आपला मार्ग नसून ज्ञानमार्ग हा आपला मार्ग आहे, याची जाणीव तिचा भविष्यकाळ लख्ख करते.

त्यात तिच्या मनात ज्या शंका आहेत, जे आंतरिक विरोधाभास तिच्यात आहेत ते कुमारस्वामींसारख्या अभ्यासू, शांत वृत्तीच्या व्यक्तिमत्त्वासोबत राहताना दूर होऊ लागतात. मात्र त्याचवेळी समांतररीतीने नात्याचा नवा पेचही निर्माण होतो. आपल्याला आयुष्यात करायचंय काय, याचा संभ्रम तिच्या मनात आहेच. पुनर्वसनाच्या कल्पनेत शिक्षण, अर्थार्जन व लग्न हे तीन मार्ग सुधारकांनी सुचवलेत... ते तिन्हीही तिला अपुरे वाटतात. ते मार्ग आहेत, पण ते ध्येय असू शकत नाही हे जाणवतं. तिथूनच स्त्रीत्वाचा, स्त्रीशक्तीचा शोध घ्यावा अशी कल्पना सुचते. लग्न, सहजीवन या शब्दांच्या पुनर्व्याख्याच जणू ती करू पाहते आहे.

ती फक्त लैंगिक हिंसाचाराबाबत बोलत नाही, तर लैंगिक गरजांविषयीही बोलते, यात तिचं वेगळेपण आहे. अन्यथा बलात्कार, हिंसा यांना सामोरं गेलेल्या स्त्रियांच्या

मनात लैंगिक सुखाचे विचारही येत नाहीत, लैंगिकतेबाबत त्याना केवळ घृणा वाटते, सरसकट पुरुषांविषयी त्यांच्या मनात केवळ तिरस्काराची भावना असते अशी काही पारंपरिक गृहितं आपल्या मनात असतातच; या तमाम गृहितकांना वेदिकाची कविता छेद देते.

लोभ, मोह, हताशा, अगतिकता, मत्सर, संताप, हिंस्त्रता, गोंधळलेपण, परावलंबन, नियतीशरणता, आपुलकी, सखीभाव, नैराश्य, त्याग, विरक्ती असा प्रवास करत नायिका पुन्हा समंजस आसक्ती, वैचारिक स्पष्टता, भावनिक कल्लोळाचं शमन, विचारी विद्रोह, प्रगल्भ प्रेमजाणीव अशा पायऱ्या चढून आत्मशोधापर्यंत येऊन थांबते.

स्थिर दृष्टीची किंवा बुबुळंच नसलेल्या डोळ्यांची देवीची मूर्ती पाहून ती 'आत' पाहते आहे का ? – असा प्रश्न वेदिकाला पडतो आणि अंतर्मुख होण्याची गरजही तिच्या मनात अधोरेखित होते. तिचं स्वानुभवापुरतं मर्यादित अंतर्विश्व आहे – ते कुणी कुणाला दाखवू शकत नसतं, ते या प्रवासात विकसित होतं.

वेदिकाचा कालीरूपातीलच नव्हे, तर इतर रूपांमधील देवींचा शोध हा आपल्या प्राचीन भूतकाळाचा शोध होय. देवीकडे ती देवीचं देवत्व विसरून स्त्री म्हणून पाहते. सतीव्यतिरिक्तची स्त्रीची जी रूपं लुप्त करण्यात आली आणि सतीचंच उदात्तीकरण जाणीवपूर्वक करण्यात आलं त्याला शह देत वेदिका इतर रूपांचा शोध घ्यायला निघते. हा शोध म्हणजे आत्मशोध असून त्यासाठीचा प्रवास एकटीनेच करायला हवा, असा तिचा प्राथमिक विचार दिसतो. या आत्मशोधाच्या काळातच तिला अनुभवातून साक्षात्कार होतो की केवळ स्त्रीतत्त्वाचा, शक्तीचा उदाउदो करणं आणि पुरुषतत्त्व बाजूला सारणं, दुय्यम लेखणं वा नाकारणं हे खरंही नाही व उचितही नाही; तेव्हा ती पुढचा प्रवास कुमारस्वामींसोबत करण्याचा निर्णय डोळसपणाने घेते. ते तिला योगायोगाने वा अपघाताने भेटले होते; अशाच योगायोगांनी आणि अपघातांनी तिचं पूर्वायुष्य ओतप्रोत भरलेलं होतं; पण आता मात्र 'नियती'ला आव्हान देत ती आपल्या आयुष्याच्या दोऱ्या आपल्या हातात घेते. स्वत:साठीचे निर्णय स्वत: घेते.

कर्नाटकात हेगडेच्या खुनापासून सुरू झालेली कथा काळाच्या पटावर उभ्याआडव्या रेषा खेचत अखेर अरुणाचल प्रदेशातल्या परशुराम कुंडाजवळ मातृऋण फेडण्यासाठी वस्त्रदान करण्यापर्यंत येऊन थांबते. हा काळाचा तुकडा लहान आहे, पण प्रवास आणि अनुभव या दृष्टीने भरगच्च असल्याने काळ दीर्घ जाणवत राहतो. मूळ गावाचे कोणतेच तपशील ती लिहीत नाही; मात्र त्यानंतरचा बेळगाव, गोवा, कोल्हापूर, पंढरपूर, सोलापूर,

पुन्हा कोल्हापूर, पोचमपल्ली, श्रीपर्वत, कदलीवन, पाताळगंगा असे उल्लेख स्पष्ट कळतात. त्यानंतरचा कर्नाटकातला प्रवास मलेनाड हा मोठ्या विभागाचा मोघम उल्लेख आल्याने समजतो. वेदिकाच्या भाषेतले बदल, वैचित्र्य या स्थलांतरामुळे आहे असं यातून ध्यानात येतं. धूसर मांडणी, आडून सुचवणं, उपरोध व उपहासाचा वापर या कवितेत सहसा आढळत नाही; जे आहे ते थेट सांगितलेलं आहे.

वेदिकाच्या प्रतिमाही विलक्षण आहेत. तिला हेगडे पेटलेल्या चितेसारखा दिसतो, चांदण्यात चमकणाऱ्या आपल्या मांड्या काळ्या अजगरासारख्या वाटतात, भारतीचं पुस्तकांनी भरलेलं दप्तर पाहून कैऱ्यांनी लगडलेल्या आंब्याची आठवण येते. आजीची लोंबती थानं मधाच्या पोळ्यासारखी दिसतात आणि सदाशिवप्पाचं मस्तक अस्थिकलशासारखं तांबूस दिसतं. शंखातून गळतं पाणी तशी पुजाऱ्याची बायको रडते, नवऱ्याच्या दुर्लक्षामुळे तुंगभद्रा दुधाच्या नदीसारखी पवित्र कोरी राहते. डोक्यातले प्रश्न गांधीलमाश्यांसारखे घोंघावतात, टोमणे पिकलेल्या पिवळ्याधमक निंबोळ्यासारखे कडुझार जाणवतात. वारूळ पृथ्वीची योनी वाटतं आणि वाटा काळ्या नागासारख्या. देवीचा एक स्तन चंद्र व एक स्तन सूर्य असतो आणि ती लेकराबाळांना प्रकाश पाजते. भंडारा जगण्याचा पिवळा उत्साह वाटतो. अनेक ओळींमधून तिच्या समृद्ध रंगजाणिवाही दिसतात. उदा. कण्हेरीच्या फुलांसारखे लाल बनलेले स्तन, गुलालाच्या गोण्या फुटाव्यात तसं गुलबट दिसणारं संध्याकाळचं आकाश, पिवळा अंधार वगैरे.

•

चुरडलेलं बालपण, बालिश भौतिक सुखांच्या कल्पनांनी व्यापलेलं कुमारवय, हिंस्र अनुभवांना सामोरं जाताना स्वत:तली हिंसकता जागृत करणारं कोवळं तारुण्य, जगाचा अनुभव घेत स्वत:च्या पायांवर उभं राहण्याची कसरत करणारा तारुण्यातला दुसरा टप्पा, तारुण्याच्या तिसऱ्या टप्प्यात आलेलं स्मशानवैराग्य आणि तारुण्याच्याच चौथ्या टप्प्यातला प्रगल्भ आत्मशोधाचा प्रवास – असे हे टप्पे आहेत. सुरुवातीच्या कवितांमधला उद्रेक नंतर कमी होत जातो. काही वेळा तर कविता रचली आहे असं वाटावं इतका तो उत्स्फूर्ततेसह गायब होतो.

आत्मसंवाद, देवाशी व कुमारस्वामींशी संवाद आणि मधूनच अदृश्य वाचकाशीही संवाद असं या कवितेतील संवादाचं तिहेरी स्वरूप आहे.

या कथनात क्रम नाही. घडलेल्या घटना जशा आठवतील तशा कवितांमधून

उलटसुलट येत राहतात. ही कथा अनेक तुकड्यातुकड्यांनी कवितांमधून येते. त्याचे तपशील जुळवून घेत वाचावं लागतं. त्यातली पात्रं ओळखीची होत जातात, तसतशी घटनांची संगती लागत जाते. प्रचंड नाट्यमयतेने व्यापलेल्या आयुष्याची कथा कधी कणवेने, कधी हताशपणे वाचताना 'पुढे काय ?' याची उत्सुकता असतेच; आणि पुढच्या टप्प्यावर रूढ संकेतांना धक्के बसू लागतात तशी आधीची सहानुभूतीची भावना विरून नायिकेच्या आयुष्याकडे वाचक कुतूहलाने पाहू लागतो.

स्वत:चं, स्वत:च्या गोतावळ्याचं, नात्यांचं, स्त्री-पुरुष संबंध व त्यातील लैंगिकतेच्या पायाचं, परिसराचं, धर्मसंस्थेच्या व समाजाच्या वर्तनाचं आकलन ती करून घेते आहे. कवितेतून कथा सांगत वाचकांशी बोलते आहे. लेखनातून वास्तवाची एक निराळी बाजू दाखवत आदर्शाचे, नैतिकतेचे दिखाऊ डोलारे कोसळवत आपल्या भिन्न नैतिक विचारांनी एका तऱ्हेचं वर्चस्वच रूढ व्यक्तिजीवनावर, समाजजीवनावर, धर्मव्यवस्थेवर, लिंगभेदावर स्थापित करते आहे. घर, कुटुंब, उच्च जात, उच्च वर्ग अशा चौकटींमधल्या स्त्रिया आणि या चौकटीबाहेच्या स्त्रिया यांच्या जगणं, समस्या, विचार यांच्यातल्या प्रचंड तफावतीचं दर्शन या काव्यातून घडतं.

चांगल्या स्त्रिया व वाईट पुरुष असं एकेरी चित्रण यात नाही. तसंच विशिष्ट जाती-धर्माचे लोक सगळेच खलप्रवृत्तीचे अशीही एकांगी भूमिका नाही. त्यामुळे यातली पात्रं काळी-पांढरी वा केवळ करडी चित्रित न होता अनेकरंगी आहेत असं म्हणता येईल.

यातील स्त्रियांचं चित्रण पारंपरिक पद्धतीचं नाही. भौतिक व पारलौकिक स्वार्थ जपण्याच्या कचाट्यात सापडलेली आजी; एका बाजूने अगतिक व दुबळी होत गेलेली, तरीही दुसऱ्या बाजूने आपला ताठा, प्रतिष्ठा, अहंकार जपणारी अम्मा; शाळेत प्रवेश नाकारलेल्या मुलीला घरी जाऊन शिकवणारी, कुटुंबाला आर्थिक गर्तेतून बाहेर काढण्याचा एकमेव जीवनउद्देश ओलांडत वेदिकाच्या कुटुंबाशी जिव्हाळ्याचे बंध निर्माण करणारी लतामॅडम ही यातली मुख्य स्त्रीपात्रं. पतिव्रता म्हणजे लैंगिक भुकेला शह देणारी स्त्री, ही व्याख्या कावेरीअम्मा उद्ध्वस्त करते आणि नवरा रखेली ठेवतो हे पाहून सूडाने आपल्या शेतावरील गड्यांना लैंगिक सुखासाठी वापरते. अजूनही काही स्त्रिया यात येतात. रस्त्यावर वणवणणाऱ्या निराश्रित बाईला खाऊपिऊ घालून न्हाऊमाखूही घालणारी, धडकी साडी नेसवून पाठवणारी निनावी गृहिणी; स्वतंत्र व्यवसाय करून जगणारी भीमक्का; अनेक प्रश्न पडणारी रेमव्वे या स्त्रियांच्या आयुष्याचे तुकडे आणि त्यांतून दिसणारी त्यांची विचार करण्याची पद्धत हे चौकटीत न बसणारं आहे. चौकटीतल्या अगतिक,

हताश, निर्णयक्षम नसलेल्या जयंती ऊर्फ तुंगभद्रा, कुमारस्वामींची मावशी व आई, पुजाऱ्याची बायको यांच्यासारख्या किंवा काही स्वतंत्र अस्तित्वच नसलेल्या भारतीसारख्या स्त्रियाही आहेत. त्या उदासीन व सोशिक बनत गेलेल्या दिसतात.

'दुसऱ्या' स्त्रिया आपापल्या जागी किती सुरक्षित व किती सुखी आहेत किंवा किती असुरक्षित व किती दुःखी आहेत, हे कुलीन व अकुलीन अशा दोन्ही टोकांवरच्या स्त्रियांना थेट माहीत नसतं. त्यांच्याकडे असतात ते फक्त अंदाज आणि तेही साहित्य, चित्रपट इत्यादींमधून वा ऐकीव कहाण्यांमधून उपलब्ध झालेले अथवा हेतुपुरस्सर उपलब्ध करून दिलेले. वेदिकाच्या कवितांमध्ये लग्नाच्या चौकटीतल्या स्त्रियांचे संदर्भ तर येतात, पण त्यांना तिनं दुरून पाहिलेलं आहे वा त्यांच्याविषयी केवळ ऐकलेलं आहे; त्यांच्याशी तिचा थेट संवाद नाही. हा थोडा संवाद नंतर भीमाक्का, रेमव्वे यांच्यासोबत होतो; पण ही आयुष्यं त्यांचा मत्सर करावा इतकी चांगली नाहीत हे मात्र तिला लहानपणापासूनच जाणवलेलं आहे. तिला प्रियकराच्या पत्नीची – जयंतीची असूया वाटत नाही, पण त्याच्या शाळेत जाणाऱ्या बहिणीची – भारतीची, मात्र असूया वाटते, हेही तिचं वेगळेपण अधोरेखित करणारं आहे.

वेदिकाचं रूढ अर्थानं फारसं शिक्षण झालेलं नसलं तरी श्रवण, वाचन, संभाषण, आकलन आणि उपयोजन या शिक्षणाच्या पायऱ्या तिनं चढलेल्या आहेत, हे तिच्या जगण्यातून आकळतं. कन्नड व मराठी संत साहित्याचे, नाथपंथाच्या तत्त्वज्ञानाचे, शैव तत्त्वज्ञानाचे प्रवाह ती निरखून पाहते आहे; त्याचा परिणामही तिच्या काही कवितांवर झालेला दिसतो. त्यामुळे सगळ्यांत निराशेचा, हताशेचा सूर कुठं दिसत नाही; इतकी संकटं येऊन देखील आत्महत्येचे विचारही तिच्या मनाला शिवत नाहीत. तसंच ती सकारात्मकतेचा उसना आवही आणत नाही. तिचा विद्रोह आवाजी होत नाही. आत्मशोधातून आलेल्या वैचारिक स्पष्टतेनंतरच्या कविता वाचल्यावर अजून एक उत्सुकता वाचकाच्या मनात निर्माण होते... या संग्रहानंतर लिहिल्या जाणाऱ्या वेदिकाच्या कविता कशा असतील, त्या अध्यात्माच्या वाटेवरच्या असतील वा काही वेगळं मांडतील ?

कालौघात साहित्यातील प्रस्थापित घाटांची सरमिसळ होणं, नवे घाट आकाराला येणं हे घडत असतं. त्यातूनच वेगवेगळ्या शक्यता जाणवून साहित्याची वाढ होते. विश्व जवळ आलं आणि पिक्सोलेटही झालं, त्यामुळे काळ गुंतागुंतीचा बनलेला असताना लेखनाचे घाटही सोपे राहणार नाहीतच. त्यातूनही अनेक पदरी आशय मांडायचा झाल्यास घाट अवघड बनत जाणार. हे समजून घेत आकलन विस्तारायचं तर समीक्षेलाही आपल्या

चौकटी बदलाव्या लागणार.त्यामुळे वेदिकाच्या कवितांविषयी लिहिण्याचा माझा हा एक तोकडा प्रयत्न आहे; त्याविषयी तज्ज्ञ मंडळी लिहितील, तेव्हा या प्रयोगाचे अनेक पैलू वैशिष्ट्ये व त्रुटींसह समोर येतील.

"प्रयोगाचे खरे यश काहीतरी अजब केले यात नाही, त्यामुळेच जाणिवेचे क्षेत्र अधिक विस्तृत होते की काय यात ते आहे. यशस्वी प्रयोगामुळे काव्याची धारणाशक्ती वाढली पाहिजे," असं गो. वि. करंदीकर यांचं मत आहे. वेदिकाच्या कवितांचा प्रयोग या निकषावर खरा उतरतो, असं मात्र निश्चित म्हणता येईल.

◂◂ ▸▸ ◂◂ ▸▸

www.ingramcontent.com/pod-product-compliance
Lightning Source LLC
LaVergne TN
LVHW020133230825
819400LV00034B/1135
* 9 7 8 8 1 7 9 9 1 9 2 9 3 *